யேசு கதைகள்

மலையாள மூலம் : பால் சக்காரியா

தமிழில் : கே.வி. ஜெயஸ்ரீ

யேசு கதைகள்	:	சிறுகதைகள்
மலையாள மூலம்	:	பால் சக்காரியா
தமிழில்	:	கே.வி. ஜெயஸ்ரீ
	:	© ஆசிரியருக்கு
அட்டை வடிவமைப்பு	:	ஷானவாஸ் கொனாரத்
முதற்பதிப்பு	:	ஜூலை - 2013
வெளியீடு	:	வம்சி புக்ஸ்
		19, டி.எம்.சாரோன்,
		திருவண்ணாமலை - 606 601
		செல்: 9444867023, 04175-251468
அச்சாக்கம்	:	மணி ஆப்செட், சென்னை-600 077
விலை	:	₹ 120/-
ISBN	:	978-93-80545-69-1

Yesu Kathaigal	:	Short Stories
From Malayalam	:	Paul Sakaria
In Tamil	:	K.V. Jeyasri
	:	© Author
First Edition	:	July - 2013
Cover Design	:	Shanavas Konarath
Published by	:	Vamsi books
		19 D.M.Saron,
		Tiruvannamalai - 606 601
		9444867023, 04175-251468
Printed at	:	Mani Offset, Chennai - 600 077
Price	:	₹ 120/-
ISBN	:	978-93-80545-69-1
vamsibooks@yahoo.com	*	www.vamsibooks.com

உள்ளே...

யேசுவின் மீட்பு - டாக்டர் ஜெ. ஜெயகரன்

யேசு சிரிக்கிறார் அல்லது சாத்தானின் தூரிகை - ஜோமி தாமஸ்

கதைகள்

யாருக்குத் தெரியும்?.. 14

கண்ணாடி பார்க்கும் வரை.. 23

ஒரு கிறிஸ்துமஸ் கதை.. 36

அன்னம்மா டீச்சர் - சில நினைவுக் குறிப்புகள்................. 43

சிலுவைமலை மீது... 54

குறுநாவல்

அன்புள்ள பிலாத்துவுக்கு... 65

குறிப்புகள்

தொள்ளாயிரத்து எண்பதில் யேசு....................................... 118

யேசு பிறப்பு இரண்டாயிரத்து இரண்டில்........................... 124

டெல்லிவாசி யேசு.. 128

யேசுவின் மீட்பு

ளிசார் அருமையான ஒரு கதை சார். நீங்க கேட்டா நிச்சயம் உங்களுக்குப் பிடிக்கும்ு என்று ளியாருக்குத் தெரியும்ு என்ற கதையைச் சொல்லி முடித்து, அதன் ஆசிரியர் பால் சக்காரியாவை எனக்கு அறிமுகம் செய்து வைத்தார் பவா. அதன் பிறகு பால் சக்காரியாவின் யாருக்குத் தெரியும், சக்காரியா கதைகள், பாஸ்கர பட்டேலரும் என் வாழ்க்கையும், டி.க்யூலாவின் முத்தம் முதலிய நூல்கள் என் கைக்கு வந்து சேர்ந்தன. அதன் பிறகு பால் சக்காரியாவோடு நேரடியாக இதுவரை தொடர்பு இல்லையெனினும் அவர் நான் மதிக்கின்ற நண்பரானார்.

பவாவுக்கு எந்த மனிதரும் அற்பமானவர்கள் அல்ல. எல்லாருமே அவருக்கு அற்புதமானவர்கள் தான். இப்படித்தான் பலரையும் அவர்களின் கதைகள் வழியாக எனக்கு அறிமுகப்படுத்தியுள்ளார். சற்று தூரத்தில் நான் நிறுத்தி இருந்த ஜெயமோகனையும் கூட எனக்கு அருகில் அமர்த்திவிட்டார். என்னையும் கூட இந்திரன், சந்திரன் என்று ஒரு சிலரிடத்தில் கூறியுள்ளதாகக் கேள்வி. பவாவும் நானும் சேர்ந்து பால் சக்காரியாவை மதுரை தமிழ்நாடு இறையியல் கல்லூரிக்கு அறிமுகம் செய்து வைக்க வேண்டும் என்ற திட்டம் இதுவரை கைகூடி வரவில்லை என்பதில் இருவருக்கும் வருத்தம்தான்.

வைக்கம் முகமது பஷீரின் கதைகள் எனக்கு அறிமுகமாகி இருந்த வேளையில் தான் பாலச்சந்திரன் சுள்ளிக்காடின், ளிசிதம்பர நினைவுகள்ு என்ற நூல் கே.வி. ஷைலஜாவின்

தமிழில் எனக்குக் கிடைத்தது. அந்த நூல் நான் அதுவரை அணிந்திருந்த முகமூடிகள், அங்கிகளைக் கிழித்துப்போட்டு, ளிநேர்மை என்றால் என்ன என்று உனக்குப் புரிகிறதா?ம என்ற கேள்வியை முகத்துக்கு நேராகக் கேட்டுவிட்டு எனது புத்தக ஷெல்ஃபில் ஏறி அமர்ந்து கொண்டது. பவாவையும், ஷைலஜாவையும் பார்த்து பிரமித்துக் கொண்டிருக்கும் நேரத்தில் கே.வி.ஜெயஸ்ரீ இந்த அணியில் சேர்ந்துகொண்டு என்னை மிரட்டத் தொடங்கினார்.

இப்படித்தான் ஒரு நாள் பிப்ரவரி மாதம் 2013 இல், 19 டி.எம்.சாரோனில் இவர்களைச் சந்தித்து பேசிக் கொண்டிருக்கையில் பவா சற்று உணர்ச்சி வசப்பட்டு ளிஉங்க நூலுக்கு அறிமுகம் எழுத சார்தான் சரியானவர்ம என்று ஜெயஸ்ரீயிடம் என்னைக் காட்டினார். இந்த திடீர் தாக்குதலால் ஜெயஸ்ரீ சற்று தடுமாறிப் போனார். இந்த வேலைக்கு நான் தகுதியான ஆள் இல்லையென்றபோதும் அந்த நேரத்தில் மறுப்பு ஏதும் சொல்லவில்லை. இதன் பின்னர் இரண்டு மாதம் கழித்து ஜெயஸ்ரீ தொலைபேசியில் பேச்சைத் தொடர்ந்து பால் சக்காரியாவின் யேசு கதைகள் என்ற நூலை எனக்கு அனுப்பி வைத்தார்.

பவா செய்த தவற்றின் மீது மறு தவறு செய்யத் துணிந்த ஜெயஸ்ரீயை எனக்குப் பிடித்துவிட்டது. ஏனெனில் மிகவும் நேர்த்தியான முறையில், மொழியாக்கம் என்கிற உணர்வையோ சலிப்பையோ ஏற்படுத்தாமல் பால் சக்காரியாவின் மலையாள நடையையும், சுவையையும் கொஞ்சமும் குறையாமல் நம் கைகளில் சேர்த்திருக்கிறார். அவருக்கு என் மனமார்ந்த பாராட்டைத் தெரிவிப்பதோடு இது போன்ற பணிகளை அவர் தொடர்ந்து செய்து இலக்கிய உலகுக்குப் பங்களிக்க வேண்டும் என்றும் கேட்டுக் கொள்கிறேன்.

பால் சக்காரியாவின் யேசு கதைகளை ஒரே மூச்சில் படித்து முடித்த பின்னர் ஒருவிதமான உணர்வு நிலையில் நான் இருந்தேன். ஏனென்றால் பால் சக்காரியா என்னை சுமார் 2000 ஆண்டுகளுக்கு முன்பு அழைத்துச் சென்று பாலஸ்தீனத்தின் பண்பாட்டு அரசியல் சூழலில், அங்கிருந்த கூட்டத்தோடு ஒருவராகச் சேர்த்துவிட்டார். அவர் நடமாடவிட்டிருக்கும் கதாபாத்திரங்களான போந்தியஸ் பிலாத்து, ரூத், ஜூலியா, மக்தலேனா மரியம், விபச்சார விடுதி தலைவி, ரோமப் படைவீரன் மற்றும் யேசு என்பவற்றுள் நான் மாறிமாறி கூடு விட்டுக் கூடு பாய்ந்து கொண்டிருந்தேன். இத்தகைய ஒரு உணர்வு நிலையில் எனது அலைபேசியை எடுத்து ளிளிஜெயஸ்ரீ என்னை மன்னித்துக் கொள்ளுங்கள். நீங்கள் அனுப்பியுள்ள நூலுக்கு அறிமுகம் எழுத இயலாதுൗൗ என்று சொல்லிவிடத் தோன்றியது. இப்போதும்கூட எனது அறிமுகத்தைப் போடாமல் விட்டுவிட்டால் மகிழ்ச்சியடையும் முதல் ஆள் நானாகத் தானிப்பேன். ஏனெனில் இந்த நூல் எனக்குள்ளாகத் தூண்டியுள்ள உணர்வுகளை என்னால் எந்த வார்த்தைகளாலும் வெளிக் கொணர முடியாது. சுருக்கக் கூற வேண்டுமாயின் அடுத்தவரின் அறிமுக உரையோடு படிக்கக் கூடிய நூல் அல்ல யேசு கதைகள், ஒவ்வொருவரும் அனுபவிக்க வேண்டிய உணர்வு என்றே எனக்குப் படுகிறது.

நான் இங்கு குறிப்பிடப் போவது எல்லாம் அறிமுகம் என்ற பெயரில் சம்பிரதாயத்திற்காக எழுதப்போகும் என் பிதற்றல்கள்தான் என்று சொல்லிக் கொள்வதில் எந்தவித வெட்கமுமில்லை.

முதலாவதாக, பால் சக்காரியாவின் கதைகளில் காணப்படும் தனிச்சிறப்பு அவர் உலாவவிடும் கதாபாத்திரங்கள் தான். அவர் கதைகளில் வரும் மனிதர்களை அவர்களின் இயல்புக்கு ஏற்ப நடமாடவிடுவதும், உரையாடச் செய்வதும் கற்பனை செய்யச் சொல்வதும் ஆகும். எடுத்துக் காட்டாக ளிஅன்புள்ள பிலாத்துவுக்குൗ என்ற குறுநாவலில் வரும் போந்தியஸ்

பிலாத்து எத்தனை வயதானாலும் என்னென்ன பதவி வகித்தாலும் அவன் பெண்களோடு சம்மந்தப்படும்போது ஒரு சராசரி ஆணாகவே இருக்கிறான். பெண்ணை ரசிக்கிறான், அதை மறைக்காமல் தன் நண்பர்களிடத்திலும் வெளிப்படுத்துகிறான். இக்கதாபாத்திரம் குறிப்பாக, கிறிஸ்தவ சமயத்தில் ஆன்மீகத் தலைவராக இருக்கும் ஆண்களின் வயது, பதவி, கல்வி, அறிவு, அனுபவம், சேவை முதலியவற்றைக் கொண்டு கட்டுவிக்கப்படும் பிம்பங்களைத் தகர்த்து எறிகிறது. 'இவர்களை ஆண்களாகவே பாருங்கள், அவர்களின் முகமூடிகளுக்குள் ஒளிந்து கொண்டு பார்க்கும் கண்களை கவனிக்காமல் விட்டு விடாதீர்கள்' என்று எச்சரிக்கிறது.

இரண்டாவதாக, பெரும்பாலான கிறிஸ்தவர்கள் பைபிளைப் புனித நூலாக மட்டுமல்ல, மந்திரப் புத்தகமாகக் கூடக் கையாண்டு வருகின்றனர். பைபிளில் காணப்படும் வரலாற்றுப் பிழைகள், அறிவியல் குறைவுகள், மனித உரிமை மீறல்கள், கொலைகள், கடவுள் பெயரால் நடத்தப்பட்ட இன அழிப்புகள். முரண்பட்ட கருத்துகள் மற்றும் ஆதிக்கச் சிந்தனைகளைப் பொருட்படுத்தாதோடு அவற்றுக்காக வரிந்து கட்டிக் கொண்டும் வாதிடுகின்றனர். இத்தகைய சூழலில் பால் சக்காரியாவின் இயேசு கதைகள் பைபிளைப் படிப்பதற்குக் கொஞ்சம் குளிர்ந்த காற்றையும், வெளிச்சத்தையும் தரும் சிறு ஜன்னலாகப் பார்க்கிறேன். பைபிள் நிகழ்ச்சிகளைப் படிக்கும்போது தங்கள் கற்பனை வளத்தைப் பயன்படுத்தினால் பைபிள் நிகழ்ச்சிகளின் சுவை கூடும் என்பதை கிறிஸ்தவர்கள் உணரட்டும்.

மூன்றவதாக, யேசு கதைகள் போன்றவை பைபிளில் காண்பிக்கப்பட்டுள்ள வரலாற்றில் வாழ்ந்த இயேசு மற்றும் பிற மனிதர்களை, கிறிஸ்தவ நம்பிக்கையை ஏற்காதவர்கள்கூடக் கூர்ந்து நோக்கவும், அவர்களுடன் நட்பு கொள்ளவும் பெரிதும் உதவும்.

நான்காவதாக, பால் சக்காரியாவின் யேசு கதைகளில் பெண்கள் எழுப்பும் கேள்விகளில், உரையாடல்களில் ஆழமான பெண்ணியக் கருத்தியல்கள் மிகச் சாதாரணமாகக் கிடக்கின்றன. அதைப் போலவே ஒரு கிறிஸ்துமஸ் கதை, அன்னம்மா டீச்சர் சில நினைவுக் குறிப்புகள், டெல்லிவாசி யேசு எனும் கதைகளில் ஆழ்ந்த இறையியல் சிந்தனைகள் பரவிக் கிடக்கின்றன.

நிறைவாக, யேசு கதைகளைப் படித்த பின்னர் ஒன்று மட்டும் எனக்குத் தெளிவாகத் தோன்றுகிறது. அதாவது கிறிஸ்தவர்களால் சிறைப் பிடிக்கப்பட்டு, இழிவுபடுத்தப்பட்டு, தண்டிக்கப்பட்டு, அடிமைப் படுத்தப்பட்டு, வியாபாரமாக்கப்பட்டுள்ள இயேசுவை அவர்கள் பிடியில் இருந்து விடுவித்து அவருக்கு மீட்பு வழங்கி, சுதந்திரக் காற்றை சுவாசிக்கவும், எல்லா மக்களின் அன்பும், அரவணைப்பும், முத்தங்களும் அவருக்குக் கிடைக்கவும் பால் சக்காரியா போன்ற இலக்கியவாதிகள், வேறு சமய நம்பிக்கையாளர்கள் மற்றும் கடவுள் நம்பிக்கையற்றவர்கள் எடுக்கும் முயற்சிகள் விரைவில் வெற்றி பெறும் என்பதுதான்.

டாக்டர். ஜெ. ஜெயகரன்
பேராசிரியர்,
தமிழ்நாடு இறையியல் கல்லூரி,
மதுரை.
செல்: 9443600043
Jayaharandj@gmail.com

யேசு சிரிக்கிறார் அல்லது சாத்தானின் தூரிகை

ளிளிடாவின்சி கோட்ஈ என்ற நாவலை மலையாளத்தில் மொழிபெயர்த்த சூழலில், யேசுவைக் குறித்து மோசமான கருத்துகள் உள்ள ஒரு புத்தகத்தை ஏன் மொழிபெயர்த்தீர்கள்? என்று சிலர் என்னிடம் கேட்டனர்.

புத்தகத்தில் யேசுவைப் பற்றி மோசமான கருத்துகள் இல்லை. யேசு மக்தலேனா மரியத்தைத் திருமணம் செய்திருக்கிறார். அவருக்கு சாரா என்றொரு குழந்தை இருந்தது என்பது தவறான கருத்தெனில் அது மோசமான விவரிப்புதான் என்று தோன்றவில்லை என்ற என் பதில் அவர்கள் யாரையும் திருப்திப் படுத்தவில்லை என்பது உறுதி.

ளிமனது நொந்த ஒருவன்ஈ என்ற பெயருடன் எனக்கு வந்த கடிதத்தின் தலைப்பு ளிசாத்தனின் தூரிகைஈ மொழிபெயர்ப்பைப் பற்றி கடிதம் இப்படி சொல்கிறது.

ளிளிமேய்ப்பரின் ஆட்டுக்குட்டியை, களங்கமற்ற தெய்வ குமாரனை ஜனங்களின் முன்னால் நீங்கள் நிந்தனை செய்திருக்கிறீர்கள். மனித மனங்களில் கிறிஸ்து தேவனின் மிலேச்ச வடிவத்தை உருவாக்குவதில் நீங்கள் ஒரு பங்கு வகுத்திருக்கிறீர்கள். யூதாஸ் 30 வெள்ளிக் காசுக்காகக் காட்டிக் கொடுத்தான். பின்னர் தூக்குபோட்டு தன் உயிரை மாய்த்துக் கொண்டான். ஆனால் நீங்களோ அதைவிட நூறு மடங்கு பாதகம் செய்திருக்கிறீர்கள்ஈ எனக்கும் என் பின் தலைமுறைக்கும் யூதர்களுக்குக் கிடைத்தது போன்ற சாபம்

கிடைக்காமலிருக்கட்டும் என்ற பிரார்த் தனையோடுதான் கடிதம் நிறைவடைந்திருந்தது.

ஹவரலாற்று நாயகன்ஹ என்று சிறப்பிக்கப்படும்போதும், யேசுவை, மதத் தலைமை மிகுந்த யோசனையோடு தயாரித்த வேதபுத்தகத்தின் கண்ணாடி வழியாகப் பார்க்க மட்டுமே விசுவாசிக்கு விதிக்கப்பட்டிருக்கிறது.

மாற்று ஜாதியினரும், வேதத்தை எதிர்ப்பவர்களும் கூட அந்தக் கண்ணாடி வழியே பார்ப்பதைத் தான் சபைத் தலைவர்கள் விரும்புகின்றனர். அதனால்தான் கிறிஸ்துவ வேதபுத்தகத்தின் பின்புலமின்றி, சுதந்திரமான எந்த ஒரு தேடலும் தெய்வ நிந்தனையாகிறது.

நம்புபவனுக்கு யேசு கடவுளாகத் தெரிகிறார். நம்பிக்கையற்றவனுக்கு யேசு கடவுளல்ல. மற்றெல்லா சரித்திர ஆளுமைகளைப் போலவே யேசுவையும் வரலாற்றுக் குறிப்புகளின் வழியாகவும், அவற்றின் அடிப்படையிலான யோசனையின் அடியொற்றியுமே நம்பிக்கையற்றவர்கள் சமீபிக்கிறார்கள். அவர்களுக்கு கிறித்துவ வசனங்களும் நிலைப்பாடுகளும் யேசுவை அணுகும் சூழலில் ஒன்றாகவே இருக்கும். நம்புபவர்களின் நம்பிக்கையைப் போன்றே நம்பிக்கையற்றவர்கள் கிறிஸ்துவைச் சுதந்திரமாகச் சமீபிப்பதற்கான உரிமையும் அவர்களுக்குண்டு. சரித்திர நாயகனை மதத்தின் வழியாகவே பரிசோதனைக்கு உட்படுத்த வேண்டும் என்று கட்டாயப் படுத்துவது மிக அநியாயமானது.

யேசுவைப் பற்றிய வரலாறு ஒன்று இருக்கிறது. அது திருச்சபையினுடையது. திருச்சபையின் வேத புத்தகத்தினூடாகச் சொல்லப்படும் வரலாறு. விசுவாசிகளுக்குக் கொடுக்கப்படும் வரலாறு அதுதான். ஆனால், இடதுசாரி கம்யூனிஸ்ட் கட்சியினருக்குத் தனியுடைமை சொத்து இல்லாதிருப்பது போல, யேசுவும் மதத்திற்கு மட்டுமே ஏகபோக உரிமையான சொத்தல்ல. அதன் காரணமாகவே இங்கே

மதத்திற்கப்பாற்பட்ட யேசுவின் வரலாற்றுக்கும் இடமிருக்கிறது.

சங்ஙனாச்சேரி குனந்தானத்து சங்கேதம் என்ற ஆசிரமத்து சிஸ்டர் ஜெய்சி கார்மேலிடம் ஒரு ஓவியம் இருக்கிறது. அருமையான ஒரு நகைச்சுவையைக் கேட்டதுபோல வெடித்துச் சிரிக்கும் யேசுவின் ஓவியம் அது. பெங்களூர் ஒயிட் ஃபீல்ட்டில் எக்யூமெனிக்கல் கிறித்துவ செண்ட்டரிலிருந்து கிடைத்ததாம். அப்படியொரு யேசுவை, தான் வேறு எங்கேயும் பார்த்ததில்லையென சிஸ்டர் சொல்கிறார். நாம் பார்த்திருக்கும் படங்களின் யேசு ஒருவேளை விதிப்பனாக இருக்கிறான். இல்லையெனில் பாதிப்புக்குள்ளானவன். அதுவும் இல்லையென்றால் கருணாமூர்த்தி. வேத புத்தகங்களின் யேசு நண்பனல்ல. அனேகாயிரம் பொறுப்புகள் சுமக்கும் கௌரவம் பிடித்தவன்.

ஆனால் இங்கே மதம் சாராத ஒரு யேசுவும் இருக்கிறார். அதியற்புதமான கதை சொல்லியான யேசுவிடமிருந்து கதைகளைக் கடன் வாங்கியவர்கள் உலகம் முழுதும் இருப்பினும், நம் நாட்டில் மிகக் குறைவே. பைபிள்தான் எங்களை ஈர்த்தது என்று பல இலக்கியவாதிகளும் சொல்வார்கள். ஆனால் வேதநூலின் சட்டதிட்டங்களுக்கு அப்பால் சென்று யேசுவைச் சமீபித்து, அவன் எப்படிப்பட்டவன் என்று அறிந்து கொள்வதற்கான முயற்சிகள் மலையாளத்திலும் மிகக் குறைவே.

மலையாளத்தில் கதைகளிலும் கட்டுரைகளிலுமாக மிக அதிக விவாதங்களுக்குள் யேசுவைக் கொண்டு வந்தவர் சக்காரியா மட்டுமே. அந்த முயற்சிகள் முழுமையும் மதத்தின் சட்ட திட்டங்களைக் கடந்ததாகவே இருந்திருக்கின்றன. அதனால்தானே ளிகண்ணாடி பார்க்கும் வரைா என்ற கதைக்கெதிராக, டாவின்சி கோடின் கோயில் ஆக்ரமிப் பாளர்களைப் போல, சிலர் வார்த்தைகளால் வாளோங்கினர்.

சக்காரியா தனக்குக் கதை தந்தவர்களின் பட்டியலில் யேசுவை முதலிடத்தில் வைத்திருக்கிறார். “யேசு கிறிஸ்துவும், திரைப்படங்களும், பார்களும், நண்பர்களும், காதலிகளும், நாய்களும், கோழிகளும் எனக்குக் கதைகள் தந்திருக்கிறார்கள்” என்று இதுவரையிலான கதைகளின் தொகுப்புக்கான முன்னுரையில் எழுதுகிறார்.

நான் அறிந்தவரை யேசுவும் சக்காரியாவும் மிக நெருங்கிய நண்பர்கள். டெல்லியின் ஐ.என்.ஏ மார்க்கெட்டின் விறகுக் கடையின் குவியலிலிருந்து சிலுவையில் அறையப்பட்ட யேசுவை சக்காரியா விடுவித்தும் இருக்கிறார். நீண்ட நாட்கள் சக்காரியாவின் திருவனந்தபுரத்து வீட்டில் இருந்த யேசு இப்போது “பாலா”வில் “இடமட்டத்து ஓசானா”வில் இருக்கிறார்.

இரண்டு பக்க நீட்சியுள்ள சக்காரியாவின் “சுயசரிதை”யிலும் அவர் தன் நண்பனைக் குறித்துச் சொல்கிறார்: ““... மேல்படிப்புக்காக விளக்குமாடம் செண்ட் ஜோசப் ஹைஸ்கூலுக்குச் சென்றேன். அங்கேதான் யேசு, மார்க்ஸ் என்ற இரண்டு பையன்களுடன் நட்பு ஏற்பட்டது. என்.சி.சி அண்டர் ஆபீசராக இருந்த யேசு என்னைப் படாதபாடு படுத்தினான். துஷ்டன்””

யேசு சம்பந்தப்பட்ட இலக்கியப் படைப்புகளை வாசிக்கும்போது மனதில் பத்திரப்படுத்த வேண்டியவற்றையும் மதத் தலைமைகளே சொல்லிக் கொடுக்கும் காலமிது. இச்சூழலில்தான் மலையாளி ஒருவர் யேசுவைச் சுதந்திரமாக அணுகும் இந்தப் படைப்புகள் தொகுக்கப்படுகிறது. இந்த மலையாளி இளம் பருவம்வரை யேசுவின் விசுவாசியாகவே இருந்திருக்கிறார்.

பிற்காலத்தில் கதைகளுக்கும் நாவல்களுக்கும், நட்பிற்கு அப்பாற்பட்ட பிரியத்தினால்தான் யேசுவை அழைத்து வருகிறார். அந்தக் கதைகளும் ஒரு குறுநாவலுமே இந்தத் தொகுப்பில் உள்ளன. கதைகளைக் கடந்து தன்னுடைய யேசு

யார் என்று சக்காரியா வரையறுக்க முயன்றவைதான் அந்தக் குறிப்புகள்.

இந்தப் படைப்புகளெல்லாம் தொகுப்புகளாகவும் தனித்தனி கதைகளாகவும் முன்னர் வெளிவந்தவையே. மலையாளி கிறிஸ்தவனின் கனவையும் சுக துக்கங்களையும் கத்தோலிக்கத் திருச்சபையின் நடவடிக்கைகளையும் பரிசோதிக்கும் பிரபலமான பல கதைகளும் கட்டுரைகளும் சக்காரியா எழுதியிருக்கிறார். அவையெதுவும் இத்தொகுப்பில் இடம் பெறவில்லை. ஏனெனில், இத்தொகுப்பின் உட்பொருள் யேசு மட்டுமே. சுதந்திரமானவனும் நம் அனைவருக்கும் சொந்த மானவனுமான யேசு.

ஈசோ மிசியாவுக்கு ஸ்துதியாக இருக்கட்டும்!

புதுடெல்லி   ஜோமி தாமஸ்

25 ஜூலை 2006

யாருக்குத் தெரியும்?

ஏரோது ராஜாவின் நாட்களில் யுதேயாவிலுள்ள பெத்லகேமில் இயேசு பிறந்தபோது, கிழக்கிலிருந்து சாஸ்திரிகள் எருசலேமிற்கு வந்து, ளியூதருக்கு ராஜாவாக பிறந்திருக்கிறவர் எங்கே? என்று கேட்டனர். ஏரோது ராஜா இதைக் கேட்டபோது, அவனும் அவனோடு கூட எருசலேம் நகரத்தார் அனைவரும் கலங்கினார்கள்.

மத்தேயு (2:24)

கர்த்தருடைய தூதன் யோசேப்பின் சொப்பனத்தில் தோன்றி ளிளிஏரோது, பிள்ளையைக் கொலை செய்யத் தேடுவான். ஆதலால் நீ எழுந்து பிள்ளையையும் அதன் தாயையும் கூட்டிக் கொண்டு எகிப்துக்கு ஓடிப்போய் நான் உனக்குச் சொல்லும் வரைக்கும் அங்கேயே இரு"" என்றான்.

மத்தேயு (2:13)

ஏரோது மிகுந்த கோபமடைந்து, ஆட்களை அனுப்பி, பெத்லகேமிலும் அதன் சகல எல்லைகளிலும் இருந்த இரண்டு வயதுக்குட்பட்ட எல்லா ஆண்பிள்ளைகளையும் கொலை செய்தான்.

மத்தேயு (2:16)

படைவீரன் கதவைத் தள்ளித் திறந்துகொண்டு உள்ளே வந்தான். அவன் தளர்வுற்றிருந்தான்.

தள்ளாடும் கால்களுடன் மெத்தையில் வீழ்ந்த அவன் கண்மூடிக் கிடந்தான்.

உள்ளறையில் ஒரு கதவு கொஞ்சமாகத் திறந்தது. பின்னர் அடைத்துக் கொண்டது. யாரோ தாழிட்டனர்.

படைவீரனின் செருப்பில் காய்ந்த இரத்தத்தின் ஊடாக ஈக்கள் அலைந்தன. ஏதோ மூலையிலிருந்து ஒரு குளவி நிறுத்தாமல் ரீங்காரமிட்டுக் கொண்டிருந்தது. முற்றத்தில் கோழிகள் வெயில் வேண்டி கூவின. தொலைவிலிருந்து கூக்குரல்களின் மெல்லிய சப்தங்கள், திறந்து கிடந்த ஜன்னல்களின் வழியாக அசரீரியாகக் கடந்து வந்தன. சிறிது நேரத்தில் கோழிகள் எங்கேயோ சென்றுவிட்டன. குளவி நிசப்தமானது. படைவீரனின் படுக்கையை தூரத்திலிருந்து வந்த மெல்லிய ராகம் மட்டும் ஒரு வலையைப் போல வளைத்துக் கொண்டது.

படைவீரன் விழித்த பொழுது, வெயில் மிகவும் தாழ்ந்திருந்தது. அவன் எழுந்து அமர்ந்தான். தன் கைகளையும் ஆடைகளையும் பார்த்துக் கொண்டே, ளிநான் குளிக்க வேண்டும்ூ என்றான்.

விபச்சார விடுதியின் தலைவி உள்ளே வந்து, ளிவெந்நீர் வைக்கிறேன். என்ன சுகந்த திரவியம் வேண்டும்?ூ எனக் கேட்டாள்.

படைவீரன் தலையை இரண்டு கைகளாலும் தாங்கிக் குனிந்து கொண்டே, ஏதாவது என்றதோடு, ளிஇரத்தவாடை அவ்வளவு சீக்கிரம் போகாதுூ என்று முணுமுணுக்கவும் செய்தான்.

15 பால் சக்காரியா

விபச்சார விடுதியின் தலைவி உயரமானவளாகவும், அழகின் நிழல்கள் இன்னும் மறையாத ஐம்பது வயதுடையவளாகவும் இருந்தாள். அவளின் சலனமற்ற முகத்தில் ஏதோ ஒரு உணர்வு தோன்றி, அவன் தலையை உயர்த்தியபோது அது மறைந்தது. அவள், “முக்கியமாகக் குழந்தைகளின் இரத்தத்தினுடையது” என்றாள்.

படைவீரன் தன் கையைப் பார்த்துக் கொண்டிருந்தான்.

“நீங்கள் எந்தத் தெருவில் இருந்தீர்கள்?” அவள் வினவினாள்.

படைவீரன் எதுவும் சொல்லவில்லை.

தலைவி அழுத்தமாக நடந்து வந்து படைவீரனின் முன் ஓர் இருக்கையில் அமர்ந்தாள். “நீங்கள் கொன்ற குழந்தைகளுக்கு, அவர்களைக் கொல்லப் போவது முன்பே தெரியுமா?” எனக் கேட்டாள்.

படைவீரன் எதிர்புறமிருந்த சுவரைப் பார்த்துக் கொண்டிருந்தான். அவள் அவனையே பார்த்தபடி பதிலுக்காகக் காத்திருந்தாள்.

“நான் குளிக்க வேண்டும்” என்றான் அவன்.

அவள் அவனையே பார்த்துக் கொண்டிருந்தாள்.

“எனக்குத் தெரியாது. குழந்தைகளுக்கு மரணமுண்டா? அவர்களுக்கு மரணத்தைப் பற்றிச் சிந்திக்கத் தெரியுமா?” என்றான்.

அவள் ஒன்றும் சொல்லவில்லை.

“நான் கேட்டது எல்லாம் அம்மாக்களின் அழுகுரல்கள்தான்”

தலைவி எழுந்து உள்ளே சென்றாள்.

படைவீரன் தன் இடுப்பு உறையிலிருந்து இரத்தம் உறைந்திருக்கும் வாளை உருவி நிலத்தில் வைத்தான். அரைக்கச்சையை அவிழ்த்து அதற்கு அருகில் வைத்தான். கைகளிலிருந்த உலர்ந்த இரத்தத்தை நகத்தால் சுரண்டிக் கொண்டிருந்தான்.

தலைவி திரும்பி வந்து மீண்டும் அவன் முன்னால் அமர்ந்தாள். "தண்ணீர் சூடுபண்ண வைத்திருக்கிறது" என்றவள் அவன் முன்பாகக் குனிந்து கேட்டாள், "நீங்கள் எத்தனை குழந்தைகளைக் கொன்றீர்கள்?"

படைவீரன் ஒன்றும் சொல்லவில்லை.

மெதுவாகச் சிரித்துக்கொண்டே அவள் கேட்டாள், "நீங்கள் ஒரு நல்ல படைவீரன்தான். பல நூறு குழந்தைகளைக் கொல்லுவதற்கும், அதே அளவு படைவீரர்களைக் கொல்லுவதற்கும் இடையில் ஏதாவது வித்தியாசம் இருக்கிறதா?"

படைவீரன் ஒன்றும் பேசவில்லை.

"குழந்தைகளோடு உங்களுக்கு யுத்தமில்லை, அல்லவா? அதுதானே பிரச்னை?"

படைவீரன் சொன்னான், "படைவீரர்களுக்கு யாருடன்தான் யுத்தம்?"

தலைவி நிலத்திலிருந்த வாளைப் பார்த்துக் கொண்டே, "யாருடன்தான் இந்த வாள் யுத்தம் செய்கிறது?" என்றாள்.

இருந்த இடத்திலிருந்து முன்னால் சாய்ந்து தலையை அவனுக்கு மிக அருகில் நெருங்கி, குரல் தாழ்த்தி, "ஏரோதின் பகைவர்கள் யார்? இப்போது பிறந்திருப்பது யார்? ஏரோது எதற்காக ஒரு குழந்தையைப் பார்த்து பயப்படுகிறான்?" என்றாள்.

17 பால் சக்காரியா

“உனக்கு இன்னும் தெரியாதா?”

“இல்லை”

“யூதர்களின் அரசன் இங்கே பெத்லகேமில் பிறந்திருப்பதாக அவனைத் தேடி வந்த ஞானிகள் ஏரோதிடம் சொன்னார்கள். ஏரோது பயந்து போனான். ஞானிகள் குழந்தையை ரகசியமாகப் பார்த்து வணங்கிச் சென்று விட்டனர். அந்தக் குழந்தையைத்தான் நாங்கள் தேடிக் கொண்டிருக்கிறோம். அவனைத்தான் நாங்கள் கொல்கிறோம்”

அவன் தன் இரு கைகளையும் சேர்த்து அழுத்தி அவற்றைப் பார்த்துக் கொண்டே, “யாருக்குத் தெரியும். ஒருவேளை, என்னுடைய இந்தக் கைகளில் தொங்கிக் கிடந்து யூதர்களின் ரட்சகன் இன்று இறந்திருக்கலாம்!” என்றான்.

“ஆமாம், யாருக்குத் தெரியும்?” என்றாள் அவள்.

படைவீரன் முன்னால் வந்து அவளுடைய முகத்தைப் பார்த்துக்கொண்டே, “இத்தனை ஆயிரம் குழந்தைகளுடைய குருதியினூடேதான் ஒரு ரட்சகன் வருகிறானா?” என்றான்.

அவள் ஒன்றும் சொல்லவில்லை.

அவன் தலையைக் கைகளுக்குள் கொண்டு வந்து விரல்களால் கண்களையும் முகத்தையும் அழுத்திக் கொண்டு கேட்டான்.

“உனக்கிது புரியப் போவதில்லை. உனக்குக் குழந்தைகளில்லையே. நான் கொன்ற குழந்தைகளுடைய முகத்தின் பீதியை நீ பார்க்கவில்லையே?”

ரொம்ப நேரம் இருவரும் ஒன்றும் சொல்லவில்லை.

பிறகு, “பாவம்” என்றாள் தலைவி.

படைவீரன் ஒரு நடுக்கத்துடன், ஆசையுடன் அவளுடைய முகத்தை உற்றுப் பார்த்துக் கொண்டே கேட்டான்.

ளியார்? யார் பாவம்?”

ளிஅந்தக் குழந்தை. யூதர்களுக்காக வரப்போகும் ராஜா. யார் இது போன்ற விதிகளை உண்டாக்குவது? நான் வேசியானதும் அவனின் வருகை குழந்தைகளின் இரத்தத்தின் மீதுதான் என்றானதும் ஒரே விதியின்பாற்பட்டதா?”

சிறிது நேரம் கடந்ததும் அவள் சொன்னாள்.

ளிஒரு ரட்சகன் மகிமையோடு தானே வரவேண்டும்? அந்தக் குழந்தை இந்தக் குருதிச் சிதறல்களுக்கெல்லாம் பதில் சொல்ல வேண்டாமா? அவன் எப்படி இந்தக் கடனை அடைப்பான்?”

ளிஅவன் தப்பித்துக் கொண்டால்தானே?”

இருவரும் அமைதியானார்கள்.

ளியாருக்குத் தெரியும்?” படைவீரன் மீண்டும் தொடர்ந்தான். ளிஅவனை அடையாளம் கண்டிருந்தேன் என்றால் ஒருவேளை நான் அவனைக் கொல்லாமல் இருந்திருப்பேன்”

ளிஆனால் அவனை நீங்கள் அடையாளம் கண்டிருந்தீரெனில், நீங்கள் முதலில் கொன்றது அவனையாயிருந்தால், மற்றக் குழந்தைகள் சாக நேர்ந்திருக்காது”

ளிஆனால், அப்போது ரட்சகனின் வரவு நடந்திருக்காது. இனியாவது, வாய்ப்பாவது இருக்கிறது இல்லையா?”

ளிசரிதான்”

அவள் கைநீட்டி அவனுடைய கால்முட்டியைத் தொட்டுக்கொண்டு, ளிநமக்கு ரட்சகர்கள் வேண்டும்.

குருதியிலிருந்து புகழுடன் அவர்கள் வரட்டும். படைவீரனுக்கும், வேசிக்கும் ரட்சகர்கள் வேண்டும்ூ

ளிஆமாம். தண்ணீர் இன்னும் சூடாகவில்லையா?ூ

உள்ளே தாழிட்ட அறையிலிருந்து ஒரு குழந்தையின் அழுகைச் சத்தம் கேட்டது. அதை யாரோ அடக்கினார்கள். படைவீரனின் முகத்தில் ஒரு தளர்வான புன்னகை நிழலிட்டது.

ளிவிபச்சார விடுதியில் யாரும் ரட்சகனைத் தேடி வரவில்லையா? எந்தப் பெண்ணுடையது இந்தக் குழந்தை? ஆண் குழந்தையா? இதுவரை பிச்சைக்காரர்களுக்கு விற்கப்படவில்லையா?ூ

தலைவி பாவனையேதுமற்ற முகத்தோடு சொன்னாள்.

ளிஅது என் பூனை பெற்றது. மனிதக் குழந்தையின் அழுகை போலவேதான் தோன்றுகிறது, அல்லவா?ூ

படைவீரன் புன்னகைத்தபடியே, ளிநீ பொய் சொல்லி வருத்தப்பட வேண்டாம். அது யூதர்களின் ரட்சகரென்றால் எனக்கென்ன? குளிக்க வந்தவன்தானே நான். வேலை முடிந்து ஓய்வெடுக்க வந்தவன். தண்ணீர் சூடாகி விட்டதா?ூ

என்றபடி செருப்புகளை அவிழ்த்து அவற்றை நீக்கி வைத்தான். விபச்சார விடுதியின் தலைவி சலனமற்ற முகத்தை மேலும் சலனமற்றதாக்கினாள். ஒரு விரைத்த புன்முறுவலை இதழ்களில் வரவழைத்துக் கொண்டு, ளிகுளித்து முடித்தவுடன் நான் என்னிடம் உள்ள புதியவள் ஒருத்தியை உங்களுக்காக அனுப்பி வைக்கட்டுமா?ூ என்றாள்.

ளிவேண்டாம். நீ எனக்குக் குளிக்க வென்னீர் கொடு. இரத்த வாடையற்ற ஒரு ஆடையைக் கொடு. அது போதும்ூ என்றவன், ளிகுளிக்கணும்ூ என முணுமுணுத்தான்.

படைவீரன் இரத்தக்கறை படிந்த தன் அங்கியை அவிழ்த்துக் கீழே போட்டான். குளியலறையிலிருந்து பாத்திரங்கள் உருள்வதும், தண்ணீர் ஊற்றுவதுமான ஓசைகள் கேட்டன. அவன் குளியலறையை நோக்கிச் சென்றான். அவனுடைய துணிகளையும், பாத அணிகளையும், அவன் படுத்துறங்கிய படுக்கைவிரிப்பையும் ஒரு வேலைக்காரி அருவெறுப்புடன் இழுத்துக்கொண்டு போனாள்.

நடுநிசி கடந்தபோது, படைவீரன் குறட்டை விட்டுத் தூங்கிக் கொண்டிருந்தான். உள்ளே ரகசிய உரையாடல்கள் நடந்தன.

ஒரு கதவு மெல்லத் திறந்தது. இருட்டினூடாக இரண்டு பெண்களும் ஓர் ஆணும் படைவீரனின் படுக்கையைக் கடந்து சென்றார்கள். ஒரு பெண் தன் நெஞ்சோடு எதையோ சேர்த்து அணைத்திருந்தாள். அவர்கள் கதவைத் திறந்து, நட்சத்திர ஒளிவீசும் தெருவிற்கு வந்தார்கள். அங்கே ஒரு கோவேறு கழுதை காத்திருந்தது.

விபச்சார விடுதியின் தலைவி உடனிருந்த பெண்ணிடமிருந்து, அவள் நெஞ்சோடு சேர்த்தணைத்திருந்த குழந்தையை வாங்கினாள். அதன் முகத்தில் நட்சத்திர ஒளி விழும்படியாக இரண்டு கைகளாலும் உயர்த்தி முகத்தை உற்றுப் பார்த்துக்கொண்டு, ளிபாவம், பாவம் ராஜாᵁ என்றாள். குனிந்து குழந்தையின் நெற்றியிலும், தளிர் பாதங்களிலும் முத்தமிட்டாள். அந்தப் பெண் அதற்குள் கழுதைமேல் ஏறியிருந்தாள். தலைவி குழந்தையைப் பெண்ணின் கையில் திரும்பக் கொடுத்தாள். அவள் அதை மீண்டும் மார்போடு சேர்த்து அணைத்துக் கொண்டாள். வீட்டிலிருந்து மேலும் மூன்று நான்கு பெண்கள் இருட்டில் அமைதியாக வெளியே வந்தனர். ஆண், கழுதையின் மூக்கணாங் கயிற்றைப் பிடித்தான். கழுதை மீதமர்ந்திருந்த பெண் எல்லாரையும்

பார்த்து, ளிநன்றி. எங்களுக்கு அடைக்கலம் தந்தமைக்கு நன்றி. என் குழந்தையின் நன்றி. உங்களுக்கு ஒரு கைம்மாறும் செய்ய எங்களால் இப்போது முடியாதுசு என்றாள்.

ளிஆமாம். உன் மகன் வளர்ந்து ராஜாவாகும்போது எங்களையும் காப்பாற்றச் சொல். நாங்கள் வேசிகள்தான். ஆனால், தாயின் சொல்லை அவன் அனுசரிப்பான்சு

கோவேறு கழுதை நடக்கத் தொடங்கியிருந்தது.

விபச்சார விடுதியின் தலைவி முன்னால் ஓடிவந்தபடி சொன்னாள்,

ளிஅந்தப் படைவீரனையும் காப்பாற்றச் சொல். உங்களுக்கு நல்லது நடக்கட்டும்சு

பக்கத்திலிருந்த வளைவு திரும்பி ஒரு குறுக்குப்பாதை வழியாக அந்த ஆணும் பெண்ணும் குழந்தையும் கோவேறு கழுதையுடன் இருட்டில் மறைந்தார்கள்.

வேசிகள் இருட்டினூடே படைவீரனைக் கடந்து உள்ளே செல்லும்போது, அவன் உறக்கத்தில் முணுமுணுத்துக் கொண்டிருந்தது தெளிவாய்க் கேட்டது.

ளிளிவென்னீர் தயாராகிவிட்டதா?சுசு

கண்ணாடி பார்க்கும் வரை

சுமார் இரண்டாயிரம் வருடங்களுக்கு முன்னால் ஒரு பாலைவனத்தினருகில் மிக வறட்சியான ஒரு நாடு. அங்கே தண்ணீர் தட்டுப்பாடு அதிகம் இருந்தது. வாரத்தில் ஒருநாளோ இரண்டுநாளோதான் குளிப்பார்கள். தினமும் பல்லாவது தேய்க்கிறார்களா என்றால் அதற்கும் இல்லையென்ற பதில்தான் வரும். குளிக்காமல் இருப்பதால் தாடியிலும் முடியிலும் வேர்வையும் தூசியும் சேர்ந்து ஒரு துர்நாற்றம் வீசும். அக்குள்களிலும் காலிடுக்குகளிலும் சகிக்க முடியாத நாற்றம். இவையெல்லாமே பாலஸ்தீன் போன்ற வறட்சியான நாட்டில் காணப்படும் இயலாமைகள். இதனாலெல்லாம் ஆணும் பெண்ணும் கட்டிப்பிடிக்காமலோ, முத்தம் கொடுத்துக் கொள்ளாமலோ இருப்பார்களா என்ன? நிச்சயம் ஈடுபட்டார்கள். அந்த வாசனைகளெல்லாம் அவர்களின் விருப்பங்களின் பகுதியாக இருந்திருக்கலாம் என்று எண்ணிக் கொள்ளுங்கள்.

நீங்கள் கவனித்தீர்களென்றால் பாலஸ்தீனர்களின் உடலிலிருந்து வெடிமருந்தின் வாடை அடிப்பதை உணர்வீர்கள். ஒருவேளை சாக்கடலின் நெடியோடு ஒத்திருக்கலாம் இந்த வாடை. பழைய காலத்தில் பாவிகளால் நிரம்பிய ஸிசோதோம்கோ மோராளிவை இறைவன் கந்தகத் தீயில் தள்ளிப் பொசுக்கினார். அதன் மிச்சம்தான் இந்த சாக்கடல் என்று சொல்கிறார்கள். இறைவனுக்கு கந்தகம் எங்கேயிருந்து கிடைத்தது என்று அதிசயிப்பதைவிட, பாலஸ்தீனர்களின்

உடலில் பழைய பாவங்களின் தண்டனையாக இந்த துர்நாற்றம் நிலைத்துவிட்டது என்பதை நம்புவது எளிது.

இங்கே குறிப்பிடப்படும் சிறிய நிகழ்ச்சியில் சம்பந்தப்பட்ட யேசு என்ற இளைஞன் இன்று பரவலாக அறியப்படுபவரும் வணங்கப்படுபவருமான ஒருவரே. எனவே அவரைப் பற்றிய அதிகபட்ச முன்னுரையொன்றும் தேவையில்லை. இந்த நிகழ்ச்சி நடக்கும்போது யேசுவிற்கு முப்பது அல்லது முப்பத்தொன்று வயதிருக்கலாம். முப்பத்துமூன்றாம் வயதிலேயே இவ்வுலக வாழ்க்கையை அவர் முடித்துக்கொண்டார். மத்திய வயதிற்குப் பிறகு உலக நடைமுறைகளில் சாதாரணமாகக் காணப்படும் பல்வேறு விஷயங்களுடன் இணைந்து செல்லவோ, அதனோடு இணைந்து வாழ்க்கையை உணர்ந்து அமைதியடையவோ முடியாமல் அவர் சென்றுவிட்டார்.

யேசு பாலஸ்தீனத்தின் கலீலியில்தான் கிட்டத்தட்ட பதின்மூன்று வயதுவரை வாழ்ந்தாரென்றாலும், அதன்பிறகான பதினேழு வருடங்கள்வரை ஊரைவிட்டு வெளியில் சுற்றியலைந்து இப்போதுதான் திரும்பியிருப்பதால் மேலே சொல்லப்பட்ட வியர்வை நாற்றமும் பிற துர்நாற்றங்களும் அவருக்கு சகிக்க முடியாததாகத் தோன்றியது. ஊரைவிட்டு வெளியேயிருந்த காலகட்டத்தில் தண்ணீர் வளமுள்ள பல ஊர்களில் வாழ நேர்ந்தது. அப்படியாகப் பல் தேய்க்கவும், குளிக்கவும், தலைசீவவும், தாடியைச் சீராக்கவும் கற்றுக் கொண்டார். இந்த சீரான வாழ்க்கைமுறையை அவர் விரும்பவும் செய்தார்.

பயணத்தின்மூலம் பெற்ற அனுபவங்களோடும் பார்த்துப் பேசிய மதகுருக்களிடமிருந்து கிடைத்த அறிவோடும் மொத்தத்தில் ஒரு நம்பிக்கையான மனநிலையோடு கலீலியின் நாசரேத் கிராமத்தில் பெற்றோரிடம் வந்து சேர்ந்த யேசு, இனி என்ன செய்வது என்ற யோசனையிலிருந்த காலகட்டம்

யேசு கதைகள்

அது. காலையில் எழுந்திருக்கும்போதே யேசுவிற்குக் குளிக்கவேண்டும் என்று தோன்றும். குறைந்தபட்சம் தலை, கழுத்து, தாடியெல்லாம் கழுவிச் சுத்தம் செய்ய வேண்டுமென்று நினைப்பார். ஆனால் ரொம்ப தூரத்திலிருக்கும் கிணற்றிலிருந்து முதியவளான தாயும், சகோதரிகளும், சகோதரர்களின் மனைவியரும் சுமந்து கொண்டுவரும் தண்ணீர்தான் வீட்டில் உள்ளது என்று யேசுவிற்குத் தெரியும். அது குடிக்கவும் சமையல் செய்யவும் மட்டுமே பயன்படுத்தப்படுகிறது, குளித்து வீணாக்குவதற்கல்ல.

சின்ன வயதில் யேசுவும் தண்ணீர் கொண்டுவர உதவி செய்திருந்ததால் அதன் கஷ்டம் அவருக்கும் தெரிந்தேயிருந்தது. 'இறந்திருக்கலாம் என்று அவர்கள் எண்ணியிருந்த நான் திரும்ப வந்துவிட்ட மகிழ்ச்சியில் எனக்கு குளிப்பதற்கான தண்ணீரைத் தினமும் கொண்டு வந்து தருவார்கள் என்பதில் எந்தச் சந்தேகமும் இல்லை. ஆனால் அது நியாயமில்லையே. நான் இவ்வளவு நாட்கள் ஊர் சுற்றிக் கற்ற ஞானத்தாலும், குளித்துச் சுத்தமாக இருப்பதற்குக் கற்றுக் கொண்டதாலும் அவர்களின் கஷ்டங்களுக்கு மாற்றமொன்றும் வந்துவிட வில்லையல்லவா' யேசு தனக்குள் பேசிக் கொண்டார்.

அதனால் குளிக்க வேண்டும் என்று தோன்றிய தன் விருப்பத்தைத் தள்ளிப் போட்டார். எனினும் தாடி மீசையிலிருந்து வந்த நாற்றமும், மீசைக்குள்ளே பேன் ஊர்வதைப் போன்ற அரிப்பும் யேசுவைச் சங்கடப்படுத்தியது. அப்படியானால் மீசையை மழித்துவிடலாம், பிரச்னை தீர்ந்துவிடும் என்று அவர் நினைத்தார். முற்றத்திலிருந்த ஒரு கயிற்றுக்கட்டிலில்தான் உட்கார்ந்திருந்தார். எழுந்து நின்று உடம்பை வளைத்து ஒருமுறை சோம்பல் முறித்தார். தன்னையறியாமல் அங்கியின் தோள்பகுதியில் முகர்ந்து

முகம் சுளித்தார். சட்டையைத் துவைத்தும் பல நாட்களாகின்றன. சரி, முகத்தை மழித்துவிட்டு கலீலி குளத்திற்குப் போகலாம். நன்றாகக் குளித்து, அங்கியைத் துவைத்து உலர்த்தி, காற்றில் உலாவி, முடிந்தால் கொஞ்சம் நல்ல மீன்களையும், அத்திப் பழங்களையும் வாங்கி வந்து அம்மாவையும் சகோதரிகளையும் மகிழ வைக்கலாம்.

வீட்டிற்கு வெளியே காலடி எடுத்து வைத்த அவர் உடனே நின்றார். தன் கையில் பணமில்லையென்று அப்போதுதான் அவருக்கு நினைவு வந்தது. அங்கியின் பாக்கெட்டைத் தடவிப் பார்த்தார். சல்லிக்காசுகூட இல்லை. முதல்நாள் மாலை திரும்பி வரும்போது வழியில் கொறிப்பதற்காகச் சீமோனின் மாமியார் கொடுத்தனுப்பிய, உப்பு தடவி வறுத்த மக்காச்சோளத்தின் இரண்டு பயறுகள் மட்டுமே அதில் இருந்தன. இவ்வளவு நாட்கள் வெளியே சுற்றிவிட்டு வந்த பிறகும் சிறிதுகூடப் பணம் இல்லாதவனாகவே திரும்பியிருப்பதாக யாரும் தன்னை விமர்சிக்கவில்லை எனினும், வீட்டில் மறைந்திருக்கும் வேதனையாக அதனை அவர் அறிந்திருந்தார்.

அப்பாவின் வயோதிகம். சகோதரர்களின் சோம்பேறித்தனம். திருமணத்திற்குக் காத்திருக்கும் சகோதரிகள். உண்மையில் வீட்டுப் பெண்களின் உழைப்புதான் பட்டினியை வீட்டுக்கு வெளியே நிறுத்தி இருக்கிறது. யேசு நீண்ட பெருமூச்சுவிட்டார். நான் கடவுளின் ராஜ்யத்தைப் பற்றிய அறிவுடன் இந்த வீட்டு முற்றத்தில் உட்கார்ந்துகொண்டு என்ன செய்வது? அம்மாவையும், சகோதரிகளையும் இந்தக் கஷ்டத்திலிருந்து காப்பாற்ற என்னால் முடியவில்லையே.

வீட்டிற்குள் திரும்பிப் பார்த்தார். அம்மா அடுப்படியில் உட்கார்ந்திருக்கிறார். கடைசி சகோதரி லைலா ஆட்டைக் கறந்து, பாலுடன் உள்ளே செல்கிறாள். அவள்

அழகிதானென்று யேசு நினைத்தார். நல்லவனாக, அவளை நன்றாக வாழ வைப்பவனாக ஓர் இளைஞன் அவளைத் திருமணம் செய்துகொண்டால் எவ்வளவு நன்றாக இருக்கும். அவளுடைய அழகை ஆராதிக்கும் குணம் கொண்டவனாகவும் அவன் இருக்க வேண்டுமே.

மீசையை எடுத்துவிடலாமா என்று யாரிடமாவது கேட்கலாமென்று எண்ணிக்கொண்டே வீட்டுக்குள் நுழைந்தார். புகையினால் சிவந்திருந்த கண்களுடன் அம்மா அவரைப் பார்த்துப் புன்னகைத்தார்.

ளிளிஉனக்குப் பசிக்குதா? இதோ வேகவச்ச கொழுக்கட்டை இருக்கு. தரட்டுமா?”

ளிளிஇப்ப எனக்கு ஒண்ணும் வேண்டாம்மா. நான் இந்த தாடி, மீசையெல்லாம் மழிக்கலாமா என்று யோசித்துக் கொண்டிருந்தேன். ஒரே உஷ்ணமும், அரிப்புமா இருக்கு”

லைலா பாலைக் கொதிக்க வைத்துக் கொண்டிருந்தாள்.

ளிளிஇப்படியிருக்கறதுதான் நல்லாருக்கு. அதுதான் உங்களுக்கு ஒரு அழகையும் கௌரவத்தையும் குடுக்குது அண்ணா. ஆமா நீங்க எப்ப இருந்து மீசை, தாடி வளக்க ஆரம்பிச்சீங்க?”

நான் வீட்டைவிட்டு வெளியேறும்போது அவள் பிறந்திருக்கவில்லை. ஆனால் இதுவரை பார்த்தேயிராத அண்ணனை அவள் ஏற்றுக்கொண்டிருக்கிறாள். யேசுவின் மனம் குளிர்ந்தது.

ளிளிஇல்லன்னாலும் இந்த ரோமானியர்களைப்போல நாம் முகச்சவரம் செய்யக்கூடாது. மீசையும் தாடியும்தான் யூதனுக்கான கௌரவம்”

ளிளிபேன் ஊறுவதுபோலத் தோன்றுகிறது”

27 பால் சக்காரியா

ளிளிபரவாயில்லை அண்ணா. இதோ இந்த ஆட்டை மேய விட்டுட்டு வந்து நான் பேனெடுத்துத் தருகிறேன்"

ஒரு பெட்டைக்கோழியைத் துரத்திக்கொண்டு சேவலொன்று சமையலறைக்குள் பாய்ந்தோடி வந்தது. யேசு ஒரு காலை வீசியபடி இரண்டையும் விரட்டிவிட்டார்.

ளிளிஅம்மா நான் பெதனி வரை போய் வரட்டுமா? லாசரையும் மார்த்தாவையும் பார்த்து ரொம்ப நாளாகுது" எண்ண ஓட்டத்தின் உருமாறிய ஒலிகளாய் சொற்கள் வந்து விழுந்தன யேசுவிடமிருந்து.

மார்த்தாவின் கையிலோ லாசரசின் கையிலோ கொஞ்சமாவது காசிருக்கும். மரியம் சேமித்து வைப்பவள் இல்லையென்றாலும் அவளிடமும் கொஞ்சம் கடன் வாங்கலாம். பழசெல்லாம் இன்னும் கொடுக்கவில்லை. பரவாயில்லை, ஏதாவது ஒரு வழி இல்லாமலா போய்விடும். இரண்டு வாரம் குளத்தில் வலைவீசினால்கூடப் போதும். வேறு வழியேயில்லை என்றால் இருக்கவே இருக்கு உளியும் சுத்தியலும். சிறுவயதில் அப்பா சொல்லிக் கொடுத்தது இன்னும் மறக்கவில்லை.

உண்மையில், அலைந்து திரிந்த காலம் எவ்வளவு சுகமானது. நாடோடிகளோடு இந்த உலகத்திற்கு ஏதோ ஒருவிதக் கருணையிருப்பதாக அவர் நினைத்தார்.

ளிளிஇந்த வெயில்லயா போற? இரண்டுநாள் பயணத்தில் நீ ரொம்ப சோர்ந்து போவியே"

ளிளிபரவாயில்லம்மா. பயணம் போய் பழக்கமாகி விட்டது. ஒரு வாரத்திற்குள் திரும்பி விடுகிறேன்"

ளிளிஅண்ணா மீசையை எடுத்திடாதீங்க"

யேசு சிரித்துக்கொண்டே, ளிளிபார்க்கலாம். தாடி, மீசை

இல்லன்னா நான் எப்படி இருப்பேன்னு தெரியணு மில்லயா‟‟என்றார்.

ளிளிஅப்ப நீ ஒரு அழகான பொண்ணு மாதிரி இருப்ப‟‟

ளிளிஉன்னப் போல‟‟ யேசு சிரித்தார்.

ளிளிஎன் பிள்ளைங்க எல்லாருமே அழகுதானே‟‟ அம்மாவின் முகத்தில் மகிழ்ச்சி அழகூட்டியது. யேசுவின் முகத்தில் ரோமங்கள் இல்லாமலிருந்தால் எப்படி இருக்குமென்று நினைத்தபோது, பல வருடங்களுக்கு முன்னர் கண்ட தேவதூதன் போன்ற ஒருவனுடைய முகம் அவள் மனக்கண்ணில் ஒரு மின்னல் போல வந்து போனது. அவள் தன் கையால் முகத்தின் வியர்வையைத் துடைத்துக் கொண்டாள்.

ததேவூசிடம் கடன் சொல்லிக் கொள்ளலாம். நாவிதனின் சிறிய கட்டடத்திற்குள் ஏறிச் செல்லும்போது யேசு மனதில் நினைத்தார். கடையில் வேறு யாருமில்லை. ததேவூஸ் பழைய பெஞ்சில் மல்லாந்து படுத்தபடி ஓய்வு எடுத்துக் கொண்டிருந்தான். எனக்கு முதன்முதலாக முடி வெட்டிய ததேவூஸ் இன்றும் அப்படியேதான் இருக்கிறான். யேசு ஆச்சரியமாகச் சிரித்தார். லேசாக முடி நரைத்திருக்கிறது. லேசான தொந்தி இருக்கிறது. அவ்வளவுதான். இப்போதும் இளைஞனைப் போலவே இருக்கிறான். ஒரு மனைவியும் குழந்தைகளும் மட்டுமின்றி மூன்று வைப்பாட்டிகளும் அவர்களுக்குப் பிறந்த குழந்தைகளும் இருந்தன. சவரக்கத்தியின் கூர்மையைக் கொண்டே அவர்களைக் காப்பாற்றினான்.

யேசு செருமினார். ததேவூஸ் கண் திறந்தான். யேசு அவனைப் பார்த்துச் சிரித்தார். ததேவூஸ் எழுந்து உட்கார்ந்தான். மிகச் சாதாரணமாக ஒரு வார்த்தைகூடப்

பேசாமல் சவர நாற்காலியில் உட்காரும்படி கைகாட்டினான். தன்னைப் புரிந்து கொண்டதாகவே தெரியவில்லை. அப்போதுதான் யேசு நாற்காலியின் எதிரில் ஓரிடத்தில் ஒரு பொருளைக் கவனித்தார். ஒரு கண்ணாடி! மரத்தாலான சட்டத்திற்குள் பூக்களும் கொடிகளுமாகச் செதுக்கப்பட்ட ஒரு கண்ணாடி! யேசு கண்ணாடியைக் கூர்ந்து கவனிப்பதை ததேவூஸ் பார்த்தான்.

ளிரோமானியப் படைத்தலைவனின் மகளின் திருமணத்தின்போது கிடைத்த பரிசு இது. இரண்டு வாரங்கள் விருந்தினர்களுக்கு மசாஜும் சவரமும் நான்தான் செய்தேன். ஆனால் இது அதற்கான பரிசல்ல. படைத்தலைவனின் மனைவியின் உடலில் சில பாகங்களைச் சவரம் செய்ததற்குக் கிடைத்த பரிசு. படைத்தலைவருக்கு அதை எந்நேரமும் பார்த்துக்கொண்டே இருக்க வேண்டுமாம். ஹோ! ரோமானியர்களின் இந்தப் போக்கு எங்கே போய் முடியுமோ? வாழ்க்கையில் அவர்களுக்கு ஒரே நினைப்புதான்” கொட்டாவி விட்டபடியே, ததேவூஸ் தன் கைவிரலால் சைகை செய்தான்.

யேசு புன்னகைத்தார். பின்னர் கண்ணாடியையே பார்த்தபடி இருந்தார். திடீரெனத் தன்னை ஏதோ பிடித்து உலுக்குவது போல அவருக்குத் தோன்றியது. உறங்குபவனை எழுப்ப முயற்சிப்பது போல யாரோ தன்னுள்ளே இருந்து மனக்கதவைத் தட்டியபடி சொல்கிறார்கள்.

ளிபோ, போ. அந்தக் கண்ணாடியை எடுத்து உன் முகத்தைப்பார். நீ அழகனா? அதனால் உனக்குப் பெருமையா? உனக்குக் கடவுளின் சாயல் இருக்கிறதா? தெய்வ ராஜ்ஜியத்தின் அடையாளம் எதையாவது அங்கே காண முடிகிறதா என்பதையெல்லாம் அறிய வேண்டாமா? சவரம் செய்து கொள்வதற்கு முன் மீசை எப்படியிருக்கிறது என்று தெரிந்துகொள்ள வேண்டாமா?”

யேசுவின் உடல் உதறியது. விரல்கள் துடித்தன. திடுக்கிட்டு இரண்டு கைகளையும் உடம்போடு சேர்த்துக் கொண்டார். அவருடைய தலைக்குள்ளே யாரோ கூவினார்கள். இரண்டடி முன்னால் நகர்ந்தால் போதும். யேசு யாரென்று கண்டுபிடித்துவிடலாம். எல்லா ரகசியமும் அறிந்துவிடலாம். நீரிலும் சீனப்பீங்கான் பாத்திரத்திலும் பார்த்திருக்கும் அலைகளில் அசைந்து காணப்படும் முகமல்ல, இதோ உன் கறைகளில்லாத முகம் பார்க்கலாம்! வா! வா! வெளியே வெயிலின் பளபளப்பை ஒரு விளக்கு போலப் பிரதிபலித்துக் கொண்டு கண்ணாடி யேசுவை அழைத்தது.

யேசுவுக்கு உதறலெடுத்தது. அவருக்கு மூச்சு முட்டியது. ளிவேண்டாம், வேண்டாம்ூ யேசு நிசப்தமாக கண்ணாடியிடம் சொன்னார். ளிநீ என்னை எனக்குக் காட்டித் தரவேண்டாம். நான் என்ன பார்ப்பேன் என்று எனக்குத் தெரியாதா? எனக்குப் பயமாக இருக்கிறதுூ

கண்ணாடி, மணியோசை போன்ற குரலில், ளிவா யேசு வா, உனக்குத் தெரியாதா? நீ என் உள்ளே தான் இருக்கிறாய். இரண்டே இரண்டு அடி முன்னால் வைத்து ஒருமுறை குனிந்து பார்த்தால் போதும். நாம் மூவரும் ஒன்றுதான்ூ என்றது.

ளிஇல்லை இல்லை நான் பார்க்க விரும்புவதை நீ காட்டுவாயா? இல்லை இல்லைூ

தன் அங்கிக்கு அடியில் வியர்வை ஆறாக வரிவரியாய் வழிந்து ஓடுவதை யேசு உணர்ந்தார். கடும் சூறைக்காற்றில் அகப்பட்டுக் கொண்டதைப் போலத் தள்ளாடினார்.

மணியோசை போலக் கண்ணாடி மீண்டும், ளிநீ முதலில் என் முன்னால் வந்து நின்று என்னைப்பார். கண்களைப்பார். தாடி, மீசையைப்பார். மூக்கைப் பார், நெற்றியைப் பார். அதற்கப்புறம் நாம் மீதியெல்லாவற்றையும் தீர்மானிக்கலாம்ூ என்றது.

ளிவேண்டாம் வேண்டாம்ஹ யேசு மௌனமாக அலறினார்.

வெயிலில் ஒரு கீற்றெடுத்து வாளைப் போல மின்னிக்கொண்டு கண்ணாடி கண்டிப்பான குரலில், ளிமூடனே. நீ தேடுவதெல்லாம் இங்கே இருக்கிறது. உன் ஒரு பார்வை போதும். நீ ஏன் தயங்குகிறாய்?ஹ

யேசு இரு கைகளாலும் காதுகளை மூடினார். கண்களை இறுக்கினார். வாயில் ஊர்ந்து வந்த கூக்குரலை எப்படியோ உள்ளே இழுத்துக் கொண்டார்.

ளிளிகண்ணாடி புடிச்சு போச்சு இல்லயா?ஹஹ ததேவூஸ் கேட்டான். தட்டிலிருந்த கண்ணாடியை எடுத்து யேசுவிற்கு நேராக நீட்டியபடியே, இதோ வாசலுக்கு நேராகத் திரும்பி வெளிச்சத்தில் நீ நன்றாக ஒருமுறை உன் முகத்தைப் பார். நல்ல அழகுள்ள முகம்தான் இப்போதும். இவ்வளவு நாட்கள் அலைந்து திரிந்தும் உன் முகம் பொலிவாகவே உள்ளதுஹஹ என்றான்.

யேசு திடுக்கிட்டு பின்னால் நகர்ந்தபடி தளர்வான குரலில், ளிளிவேண்டாம் வேண்டாம் நான் இன்னொரு முறை வருகிறேன்ஹஹ என்றார்.

ததேவூஸ் சிரித்தான். ளிளிசரி. யேசு. நீ என்னுடைய மூன்றாவது மகளைப் பார்த்திருக்கிறாயா? இவ்வளவு அழகான பெண் இந்த கலீலியில் இல்லை. உன் சகோதரி லைலாவின் தோழிதான். அவள் எப்போதும் உன்னைப் பற்றிப் பேசிக்கொண்டிருப்பாள். இனிமேலாவது, திருமணம் குடும்பம் என்று வாழ உனக்கு நேரமாகவில்லையா?ஹஹ

யேசு ஒரு முட்டாளைப் போல ததேசுவை விழித்துப் பார்த்துவிட்டு, ளிளிநேரமாயிடுச்சு. எனக்கு நேரமாயிடுச்சு. நான் புறப்படறேன்ஹஹ என்று சொல்லியபடியே ததேவூசை வணங்கிவிட்டு வெளியேறி, மிக வேகமாக நடந்துபோனார்.

இரண்டு நாட்களுக்குப் பிறகு யேசு பெதனியில் மார்த்தாவின் வீட்டை அடைந்தார். நேரம் மாலையாகி இருந்தது. மரியம் அந்தி சாயும் பொழுதைப் பார்த்தவாறு வராந்தாவில் உட்கார்ந்திருந்தாள். யேசுவின் முகம் காற்றும் வெயிலும் குளிரும் பட்டு கறுப்படைந்து இருந்தது. கண்கள் குழிவாக இருந்தன. வியர்வையில் அங்கி உடம்போடு ஒட்டியிருந்தது. கால்களில் முட்டிவரை செம்மண்ணும் தூசியும் அழுக்குமாக இருந்தது. யேசுவைப் பார்த்த மரியம் தடதடவென எழுந்தாள். யேசு தலையில் கட்டியிருந்த தலைப்பாகையைக் கழற்றியபோது அதிலிருந்து தூசி பறந்தது. மரியம் மகிழ்ச்சியுடன் முற்றத்திற்கு இறங்கி வந்தாள்.

ளிளிமரியம், எனக்குத் தாகமாக இருக்கிறது, கொஞ்சம் தண்ணீர் கொடு””.

ளிளிபழரசம் தரட்டுமா?””

ளிளிவேண்டாம். பழரசம் அப்புறம் சாப்பிட்டுக்கறேன். இப்போ பச்சத்தண்ணி குடு””

தண்ணீர் எடுக்கப்போகும்போது மரியம் கேட்டாள்,

ளிளிநீ வருவாய் என எனக்குள் ஏதோ சொல்லியது. அதனால்தான் வராந்தாவிலேயே உட்கார்ந்திருந்தேன். அப்போதுதான் அந்திநட்சத்திரம் உதிப்பதைப் பார்த்தேன். நட்சத்திரம் உதிப்பதை நீ பார்த்திருக்கிறாயா?””

யேசு மௌனமாக இருந்தார்.

அவள் தண்ணீர் கொண்டுவந்து கொடுத்தாள்.

யேசு அதைக் குடித்தபின் மீதியைக் கையில் ஊற்றி முகத்தையும் கைகளையும் துடைத்தார். மரியம் மீண்டும் வராந்தாவில் வந்தமர்ந்தாள். யேசு அவளின் மடிமீது தலைவைத்துப் படுத்தார்.

“மார்த்தாவும் லாசரும் எங்கே?”

“சந்தைக்குப் போயிருக்கிறார்கள். இப்போ வந்துடுவாங்க” யேசுவின் நெற்றியில் கை வைத்தபடி மரியம் சொன்னாள்.

“மரியம் நீ கண்ணாடி பார்த்திருக்கிறாயா?”

“இல்லை. கண்ணாடி ரோமானியப் பணக்காரர்களும் அவர்களைப் போன்றவர்களும் பயன்படுத்துவதுதானே? நீ பார்த்திருக்கிறாயா?”

யேசு கொஞ்சநேரம் எதுவும் பேசவில்லை. மரியத்தின் முகத்தைப் பார்த்தபடி, “இல்லை” என்றார்.

குனிந்து யேசுவின் உதடுகளில் ஒரு முத்தம் கொடுத்தபடி, “பார்த்திருந்தால் நீ ஒரு அழகன் என்று உனக்குப் புரிந்திருக்கும்” என்றாள்.

யேசு ஒன்றும் பேசவில்லை. அவர் தலையைத் திருப்பி நட்சத்திரங்களால் நிறையத் தொடங்கியிருந்த ஆகாயத்தைப் பார்த்தார்.

திடீரென மரியம் குனிந்து யேசுவின் முகத்தைக் கூர்ந்து கவனித்தாள். அவருடைய கண்களையும் கன்னங்களையும் தடவியபடி, “என்ன பண்றே நீ! அழுகிறாயா!” என்று கேட்டாள்.

“மரியம் தன் முகத்தை யேசுவின் முகத்தோடு அழுத்தியபடியே, “யேசு, உனக்கென்ன ஆச்சு?” என முணுமுணுத்தாள்.

யேசுவின் கன்னங்கள் மீண்டும் நனைந்தன.

மரியத்தின் கழுத்தை தன் இரு கைகளாலும் கோர்த்தபடி. “மரியம் எனக்கு பயமாயிருக்கு” என்றார்.

இருளில் காணப்பட்ட யேசுவின் முகத்தைப் பார்த்தாள் மரியம்.

தன் கையை அவருடைய உதடுகளில் வைத்தபடியே சின்னக் குரலில், ளிச்சே! சாயந்திர நேரத்திலே தப்பா பேசாதே. தெய்வசாபம் கிடைக்கும்ൗ என்றாள்.

யேசு ஒரு தேம்பலுடன் தலையைத் திருப்பி தன் நனைந்த முகத்தை மரியத்தின் சூடான மடியில் அழுத்தினார்.

(பனுவலுக்கு நன்றி. பனுவலின் ளிமில்க்கி வேൗ என்ற படத்தில் யேசு முகச்சவரம் செய்யலாமா, வேண்டாமா என்று சிந்திக்கும் ஒரு காட்சி உண்டு என்று சமீபத்தில் என் நண்பன் சுரேஷ் பட்டாலி சொல்லக் கேட்டு இக்கதை எழுதப்பட்டது.)

ஒரு கிறிஸ்துமஸ் கதை

சித்தார்த்தனும் பத்ரோசும் அம்மிணி என்ற வேசியை ஒரு லாட்ஜ் அறைக்கு அழைத்துக்கொண்டு வந்தார்கள். பக்கத்து அறைக்காரர்கள் அவளை அனுப்பியபோது சித்தார்த்தன் வராந்தாவில் அவளைப் பார்த்து அழைத்து வந்தான்.

ளிஎனக்கு பிராந்தியும், பிரியாணியும் வேணும்ு என்று கேட்டவள், உடனே சித்தார்த்தனின் கட்டிலில் படுத்துப் போர்த்திக் கொண்டாள்.

சித்தார்த்தனும் பத்ரோசும் கொஞ்ச நேரம் அவளைப் பார்த்துக் கொண்டேயிருந்தார்கள். பத்ரோஸ் பிராந்தியும், பிரியாணியும் வாங்கப் போனபோது, சித்தார்த்தன் மெதுவாகப் போர்வையை விலக்கி அவளைப் பார்த்தான்.

பிராந்தி குடித்துவிட்டு பிரியாணியும் சாப்பிட்டு முடித்து, அவள் மீண்டும் கட்டிலில் ஏறி, படுத்துப் போர்த்திக் கொண்டாள். பத்ரோசும் சித்தார்த்தனும் பிராந்தியின் போதையில் மெதுவாகத் தள்ளாடும் தலைகளுடன் அவளைப் பார்த்துக் கொண்டிருந்தார்கள். பத்ரோஸ் அவளைத் தொட்டு அழைத்தான். ளிநீ தூங்கத்தான் இங்கே வந்தாயா? நாங்க இங்க இரண்டு பேர் இருக்கோம்ு

அம்மிணி சுவரைப் பார்த்துத் திரும்பிப் படுத்தாள். ளிஅவ நம்மள ஏமாத்திட்டாளேு என்றான் சித்தார்த்தன்.

ளிநான் யாரையும் இதுவரை ஏமாற்றியதில்லை. நான் நிம்மதியாத் தூங்கி ரெண்டு நாளுக்குமேல ஆச்சு. என்

வேதனையும் துன்பமும் உங்களுக்குப் புரியாது. நான் மொதல்ல நல்லா தூங்கிக்கறேன்ு

ளிஉனக்கு அவ்ளோ சோர்வா இருந்தால் நாங்களும் கொஞ்சம் தூங்கறோம்ு என்றவாறே பத்ரோசும் சித்தார்த்தனும் அடுத்திருந்த கட்டிலில் படுத்துத் தூங்கினார்கள்.

மாலை மயங்கிய போதுதான் அவர்கள் விழித்தார்கள். அப்போது கட்டிலில் உட்கார்ந்து கொண்டே ஒரு பாட்டை முணுமுணுத்தவாறு அம்மிணி தலை வாரிக் கொண்டிருந்தாள்.

ளிநீ தூங்கி எழுந்துட்டியா? என்றான் பத்ரோஸ். சித்தார்த்தன் அவள் பாடுவதைக் கேட்டுக் கொண்டிருந்தான். ளிஒரு சந்தனக் கிண்ணமென ஓடிக் கொண்டிருக்கும் வெண்ணிலாவேு என்று அவள் பாடினாள். ளிகை கூப்பிக் காத்திருக்கும் காட்டுப்பூவின் இதயம்ு என்று அந்தப் பாட்டின் அடுத்த வரியை அவன் மனதிற்குள் பாடினான். அது அவனுடைய விருப்பமான பாடல்களுள் ஒன்றாக இருந்தது.

ஒருத்தன் வெளியே நாற்காலியில் அமர்ந்து தெருவைப் பார்த்துக் கொண்டிருக்க, அடுத்தவன் அம்மிணியைப் புணர்ந்தான். சித்தார்த்தன் எதன் காரணமாகவோ மிகவும் சங்கடமாக உணர்ந்தான்.

இரவானபோது பத்ரோஸ் மீண்டும் சென்று பிரியாணியும், பிராண்டியும் வாங்கி வந்தான். குடித்துவிட்டு சாப்பிட்டபின் அம்மிணி ஒரு நாற்காலியில் அமர்ந்து கட்டிலில் காலை நீட்டியவாறே சொன்னாள்: ளிளிஎனக்குத் தூக்கம் வரவில்லை. என் வேதனைகளை நீங்களும் தெரிந்து கொள்ள வேண்டாமா? ஒரு வேசியின் வாழ்க்கையைப் பற்றி உங்களுக்குத் தெரியுமா? என்னையே எடுத்துக் கொள்ளுங்கள். எனக்குப் புருஷனும் இரண்டு குழந்தைகளும் இருக்கிறார்கள். அப்பா, அம்மா, சகோதரர்கள், அக்கா, தங்கைகள், மாமன்கள், அத்தைகள்

எல்லோரும் இருக்கிறார்கள். நான் வேசி. இதன் அர்த்தம் என்ன? நான் எங்கிருந்தோ வந்து உங்கள் கட்டிலில் படுத்துக் கொண்டிருக்கும்போது நீங்களும் கேட்க வேண்டாமா, இதன் பொருள் என்னவென்று? நான் வேசியாகாதிருந்தால் என்னவாக இருந்திருப்பேன்? எனக்கிது புரியவில்லை. நான் யார்? மனைவியா, மகளா, அம்மாவா, சகோதரியா, அண்ணியா, தங்கையா, காமுகியா, வேசியா?ൗ

சித்தார்த்தன் அம்மணியின் பாதங்களில் தன் இரு கைகளையும் வைத்து அழுத்தியபடி ளிநீ ரொம்ப பாவம். உன் பேர் என்ன?ൗ என்றான்.

ளிஇப்போது நீங்கள் எதற்காக என் பெயரை விசாரிக்கிறீர்கள்? என் பெயர் வேசி. என் வேலை வசீகரித்தல்ൗ அம்மிணி தேம்பி அழத் தொடங்கினாள். ளிஇப்போதுதான் என் பெயரை விசாரிக்கத் தோன்றியதா? இவ்வளவு நேரமும் நீங்கள் யாருடன் பேசிக் கொண்டிருந்தீர்கள்? யாருடன் படுத்துக் கொண்டிருந்தீர்கள்?ൗ

ளிமன்னித்துக் கொள். எங்களுக்கு உன்னைப் பிடிச்சிருக்கு. நீ விரும்புவதாயிருந்தால் இன்றும் நாளையும் இங்கேயே தங்கிக் கொள்ளலாம். நாங்கள் உன்னைத் தொந்தரவு செய்யமாட்டோம்ൗ சித்தார்த்தனும் பத்ரோசும் சங்கடத்தோடு சொன்னார்கள்.

ளிளிஅப்படியானால் முதலில் நீங்கள் என் கதையைக் கேளுங்கள். என் காதலன் என்னை விசாரித்து வருவதற்கு வாய்ப்பிருக்கிறது. என் கணவன் என்னைத் தேடிவர வாய்ப்பில்லை. நீங்கள் என்ன செய்வீர்கள்? நீங்கள் ஆச்சரியப் படாதிருக்க வேண்டுமெனில் என்னைப் பற்றிய விவரங்களைத் தெரிந்து கொள்ளுங்கள். என் புருஷன் சொல்லித்தான் நான் வேசியானேன். அவனுக்குக் குடிக்க நிறைய பணம் வேண்டியிருந்தது. வேறொரு பெண்ணை வைத்துக்

கொள்ளவும்தான் என்பது எனக்குப் பிறகுதான் தெரிந்தது. அவன் கூட்டிக்கொண்டு வருபவர்களுடன் எல்லாம் நான் படுத்தேன். அவன் திண்ணையில் உட்கார்ந்து பீடி இழுத்துக் கொண்டிருப்பான். பிறகு பணத்தை எண்ணுவான். பிறகு என்னை அங்குமிங்குமாகத் தொட்டும் நுகர்ந்தும் பார்ப்பான். நள்ளிரவானாலும் நான் குளித்துவிட்டே என் குழந்தைகளுடன் சென்று படுத்துறங்குவேன்.

அவனை அப்போதும் நான் விரும்பினேன். எதனால் அது? கணவன் என்றால் யார்? எதற்காக நான் அவனை விரும்பினேன்? அவன் எனக்குத் தந்த குழந்தைகளின் மீதான விருப்பம் அவன் மீதும் இருந்ததா? இல்லையென்றால் அவன் ஒரு காலத்தில் என்னை நிஜமாகவே நேசித்திருந்தான் என்று எனக்குத் தோன்றுவதாலா? அவன் பணத்தையெண்ணுவதும், நுகர்ந்து பார்ப்பதும் சகிக்க முடியாமல்போனபோது எனக்கு ஒரு காதலன் கிடைத்தான். ஒரு டிரைவர். அவன் மாலையில் எனக்கு பிராந்தியும், பிரியாணியும் கொண்டு வருவான். என் குழந்தைகளுக்கு நல்ல உடைகளும், விளையாட்டுப் பொருட்களும் வாங்கி வருவான். குழந்தைகளைப் பள்ளிக்கூடத்திற்கு அனுப்பி வைத்தோம். லாரியில் அவனுக்குப் பக்கத்தில் என்னை உட்கார வைத்துக்கொண்டு எம்.ஸி. ரோடு வழியாகப் பாய்ந்து செல்வான். சினிமாவுக்கு அழைத்துச் செல்வான். என் வாழ்க்கையில் முதன்முதலாக எனக்கு முத்தம் கொடுத்தது அவன்தான். உங்களுக்குத் தெரியுமா?ஸ அம்மிணி குதித்தெழுந்துகொண்டு கேட்டாள், ளிநான் இன்று முழுவதும் உங்களுடன் இருந்திருக்கிறேன். நீங்கள் யாராவது எனக்கொரு முத்தம் தந்தீர்களா? எனக்கு உதடுகள் இருக்கிறது என்பதாவது உங்களுக்கு நினைவிருந்ததா? எனக்கு முத்தங்கள் மிகவும் பிடிக்கும்ஸ

சித்தார்த்தனும் பத்ரோசும் குற்ற உணர்வுடன் சுவரைப் பார்த்து அமர்ந்தார்கள். ளிஎங்களையும் யாரும் இன்றுவரை

முத்தமிட்டதில்லை. நாங்கள் இன்னும் கொஞ்சம் பிராந்தியும், பிரியாணியும் வாங்கி வருகிறோம். நீ எங்களை முத்தமிடுவாயா?ூ என்றான் சித்தார்த்தன்.

அம்மிணி வேகமாக நடந்து சென்று இருவருடைய நெற்றியிலும் முத்தமிட்டு விட்டு ளிகுழந்தைகளுக்கு இதுபோதும்ூ என்றாள்.

ளிநாங்கள் குழந்தைகளல்ல. நீ எங்களிடம் விளையாடாதே. அம்மா முத்தமிடுவது போலத்தான் நீ முத்தமிட்டாய்ூ

ளிஅப்போ நீங்க பொய் சொன்னீங்கூ அம்மிணி அவர்களின் பக்கத்தில் சென்று அவர்களுடைய முகங்களைச் சிறிது தடித்த தன்னுடைய வயிற்றில் அழுத்தியவாறே சொன்னாள். ளிஉங்களின் அம்மாக்களாவது உங்களுக்கு முத்தம் தந்திருக்கிறார்கள் அல்லவா? நானும் உங்களின் அம்மாதான். உங்களுடைய குட்டித் தம்பியின் இதயத்துடிப்பு உங்களுக்குக் கேட்கிறதா?ூ

அவர்கள் மிகுந்த சங்கடத்துடன் அம்மிணியின் கைகளிலிருந்து தங்களின் தலைகளை விடுவித்துக் கொண்டனர். அவளுடைய சேலைக்கும் ஜாக்கெட்டிற்கும் இடையில் தெரிந்த வயிற்றை சந்தேகத்துடன் பார்த்துக் கொண்டிருந்தனர். ஒரு இதயத்துடிப்பு கேட்பது போலத் தோன்றவும், அவர்களுடைய சங்கடம் மேலும் கூடியது.

ளிஅவன் என் காதலனின் மகன். அவன் பெயர் சித்தார்த்தன்ூ என்றாள்.

சித்தார்த்தன் அதிர்ந்தான்.

ளிஅது மகன்தான் என்று உனக்கெப்படித் தெரியும்?ூ என்றான் பத்ரோஸ்.

ளிஅவன் என்னை உதைக்கிறான். என் வயிற்றில் துள்ளி விளையாடுகிறான். ஆண் குழந்தைகள்தான் அப்படிச்

செய்வார்கள். நீங்கள் அவனுடைய இதயத்துடிப்பை இன்னும் ஒருமுறை கேட்க வேண்டாமா?” என்றாள்.

சித்தார்த்தனும் பத்ரோசும் கட்டிலிலிருந்து குதித்தெழுந்து கொண்டே, “வேண்டாம். நீ எங்களை ஏமாற்றிவிட்டாய்” என்றனர்.

“நான் எப்படி உங்களை ஏமாற்றினேன்?”

“நீ கர்ப்பமாயிருக்கிறாய் என்று சொல்லவில்லையே?”

அம்மிணி உரக்கச் சிரித்துக்கொண்டே அவர்களின் அருகே சென்று இருவருடைய கன்னத்திலும் முத்தமிட்டாள்.

“நான் கர்ப்பமாயிருந்தாலும், இல்லையென்றாலும் உங்களுக்கென்ன? உங்களுக்கும் எனக்கும்தானே உடன்பாடு? என் மகனுடன் இல்லையே? அவன் உங்களை என்ன செய்தான்?”

அம்மிணி சந்தோஷத்தில் மின்னும் கண்களுடன் அவர்களின் கண்களைப் பார்த்தாள்.

“அறையில் வேறு யாரோ இருப்பதுபோல” என்றான் பத்ரோஸ்.

“நீ எதற்காக என் பெயரை அவனுக்கு வைத்தாய்?” என்றான் சித்தார்த்தன்.

அம்மிணி புன்னகைத்துக் கொண்டே கட்டிலில் ஏறிப் படுத்துப் போர்த்திக் கொண்டாள். அவள் சுவரைப் பார்த்தபடி சொன்னாள், “என் மகனை நினைத்து பயமா? அவன் பாவம். என் சினேகிதனின் குழந்தைதான் அவன். நானும் அவனும் தூங்கிக் கொள்கிறோம்”

சித்தார்த்தனும் பத்ரோசும் இரவின் மடியில் இறங்கிச் சென்றார்கள். ரொம்ப நேரம் கடற்கரையில் அமர்ந்து படகுகளின் வெளிச்சங்கள் கடலில் நிழலிடுவதைப்

பார்த்தார்கள். தொலைவில் கப்பல்களின் ஆரவாரத்தைக் கேட்டார்கள். முன்னொரு நாள் ஒரு மகன் பிறந்த நினைவுமாக நடுநிசி மணிகள் ஒலித்தபோது, பத்ரோஸ், ளிசித்தார்த்தாூ என்றான்.

ளிஎன்னூ

ளிஇன்று கிறிஸ்துமஸ்ூ

ளிஆமாம்ூ என்றான் சித்தார்த்தன்.

ளிசரிதான்ூ

பிறகு மேலே, இரவின் உயரங்களில் ஒரு பனிப்புகையின் படலம் போல் அலைந்த ஆகாயகங்கையின் ஒளிக்கீற்றை நோக்கித் தன் முகத்தை உயர்த்திக் கொண்டு சித்தார்த்தன் மெதுவாகப் பாடினான்.

ளிளிஸ்ரீமகாதேவன் தன் ப்ரிய சிசுவின்
தோஷம் மறையப் பாடுகிறான்...ூூ

திரும்பிச் சென்று அம்மிணியின் தூக்கத்தைக் கலைக்காமல் கதவு திறந்து, எந்தவொரு ஓசையும் எழுப்பாமல் தங்களின் கட்டிலில் திறந்த கண்களுடன் சிலைகளைப் போலப் படுத்தார்கள். காதில் கேட்பது தங்களுடைய இதயத்துடிப்பா அல்லது கருவறையிலிருந்த மகனுடையதா என்று அவர்களுக்குப் புரியவில்லை. இரவில் எப்போதோ அம்மணி உறக்கத்தில் உளறுவதைக் கேட்டு அவர்கள் திடுக்கிட்டார்கள். அம்மிணியின் மெல்லிய சுவாச அலைகள் அவர்களின் மீது பிரவகித்தது. ளிதெய்வமேூ என்றான் சித்தார்த்தன்.

ளிநீ என்ன சொன்னே?ூ என்றான் பத்ரோஸ்.

ளிஒண்ணுமில்லைூ

கடைசியில் அவர்களின் கட்டில் ஒரு தொட்டிலைப் போல பூமியின் சுழலும் தாளத்திற்கு இசைவாக கனவில்லாத தூக்கத்திற்குள் அவர்களை ஆழ்த்தியது.

அன்னம்மா டீச்சர்
சில நினைவுக் குறிப்புகள்

மிஸ். அன்னம்மா மத்தாயி என்கிற ஹைஸ்கூல் டீச்சர் ஒரு புனித வெள்ளியன்று ஒரு குளத்தின் அருகேயிருந்த அடர்ந்த காடுகளுக்கிடையில் இறந்து கிடந்தாள். இறந்த பிறகும் அன்னம்மா அழகுடனேயே இருந்தாள். புற்களின் மீது, துண்டு கட்டிக்கொண்டு, யாரோ தாங்கிப் படுக்கவைத்தது போல காணப்பட்ட, தன் சுருண்ட முடியால் அலங்கரிக்கப்பட்ட, அங்கும் இங்கும் ஒவ்வொரு சிவந்த பருக்கள் விரிந்திருந்த முகத்தில் அமைதி நிறைந்திருந்தது. அவளுடைய கால்விரல்களில் ஓய்வெடுத்துக் கொண்டிருந்த ஒரு தும்பியும் முடிச்சுருள்களுக்குள் ஏதோ மகரந்தத் தூளைத் தேடிக் கொண்டிருந்த ஒரு பட்டாம்பூச்சியும் தான் அவளுடைய பிணத்திற்கு நீண்ட நேரம் துணையாயிருந்தன. கருமேகங்களில் நீந்திக் கொண்டிருந்த ஒரு பருந்து அவளைப் பலமுறை அதிசயமாய்ப் பார்த்தது.

இறப்பதற்கு முன்பு அன்னம்மா டீச்சர் வீட்டிலிருந்த நான்கு ஆண்கள், மூன்று பெண்கள், ஆறு குழந்தைகளுடைய அனைத்து அழுக்குத் துணிகளையும் துவைத்துப் பிழிந்து காயப் போட்டிருந்தாள். இறப்பதற்கு முன்பே மூன்று தம்பிகள், மூன்று தங்கைகளின் படிப்பையும் திருமணத்தையும் நடத்தி முடித்திருந்தாள். எல்லாத் திருமணங்களிலும் அன்னம்மா தன்னை அலங்கரித்துக் கொண்டு மூத்த அக்காவாக நின்றாள். பெரிய அக்கா ஹைஸ்கூலில் டீச்சராக இருக்கிறாள் என்று ஒவ்வொரு முறையும் எல்லோரும் பெருமையாகச் சொல்லிக்

43   பால் சக்காரியா

கொண்டார்கள். ஆண்கள் உயர்ந்த வரதட்சணைக்காக விலை பேசியபோது, குடும்பத்தின் வளமைக்கு முக்கியமான ஒரு உதாரணமாக, அன்னம்மாவுடைய அப்பா மூன்று முறையும் ஹைஸ்கூல் டீச்சரான தன்னுடைய மூத்த மகளைத் தான் சுட்டிக்காட்டினார்.

இந்த வரதட்சணைப் பணத்தை வட்டிக்கு விட்டுத் தீர்ந்தபோது இளைய பெண்களின் சீதனங்களின் வளர்ச்சிக்கும், பீஸ் தொகை கட்டுவதற்குமெல்லாம் அன்னம்மாவின் சம்பளம் மிகவும் உபயோகமாக இருந்தது. இவற்றிற்கிடையில் அன்னம்மாவின் திருமணத்தை மட்டும் எப்படியோ எல்லோரும் மறந்து போனார்கள். கடைசி தம்பியின் படிப்பு முடியாதிருந்ததும் அதற்கு ஒரு காரணம். அதனால்தான் எப்போதாவது அன்னம்மாவிற்குத் திருமண ஏற்பாடுகளுடன் வரும் யாரிடமும் அதிக நேரம் பேசிக் கொண்டிருக்க அப்பா விரும்பவில்லை. கோபம் வந்தால் அந்த மனிதர் பிசாசாக மாறுவார் என்பதும் வருபவர்க்கெல்லாம் தெரிந்திருந்தது.

அவ்வாறாக அன்னம்மாவின் மரணம், வர்கீஸ் மத்தாயி என்கிற எட்டாம் வகுப்பு மாணவன் பீஸ் கட்டுவதை ஒருவிதத்தில் பாதித்தது. இனி ரப்பரும், தேங்காயும் விற்ற காசிலிருந்து அவனுடைய பீஸைக் கழித்துவிட்டு மீதியைத்தான் கூட்டுறவு வங்கியில் சேமிக்க முடியும் என்பது தெளிவு. இதை யாரும் வெளியே சொல்லவில்லை எனினும், சடலத்தைத் தேவாலயத்திற்குக் கொண்டு செல்வதற்கு முன்பு நடந்த கூட்டுப் பிரார்த்தனையின்போது அன்னம்மாவின் அப்பா, அன்னம்மாவின் அம்மாவின் கண்களைப் பார்த்த ஒரு பார்வையில் அது வெளிப்பட்டது. அம்மா கட்டுப்படுத்த முடியாமல் கதறிக் கொண்டே அன்னம்மாவின் விறைத்துப் போன பாதங்களில் தலையை அழுத்தினாள். இந்த உண்மையைத் தவிர்க்க முடியாத ஒரு எதார்த்தமாக அப்போதுதான் அவர்கள் உணர்ந்தார்கள்.

சடலத்தின் கால்களில் வெள்ளை கான்வாஸ் செருப்புகள் அணிவிப்பது வழக்கமாக இருந்தாலும் ஆடம்பரங்களுக்காகப் பணத்தை வீணாக்க வேண்டாம் என்ற எண்ணத்தால் அவற்றை வாங்கவில்லை. அதனால் அன்னம்மாவின் அம்மாவிற்கு அவளுடைய பாதங்களின் குளிர்மை ஒரு மறையாத நினைவாக நிலைத்திருந்தது. ஸ்ஐஸ் போலிருந்தது அவளுடைய கால்கள்" என்று பிறகு விசாரிக்க வந்தவர்களிடம் சொல்லவும் செய்தாள்.

பீடி பிடிப்பதற்கான சில்லறையை எப்போதாவது திருடியெடுப்பதற்கு ஒரு பழைய பர்ஸ் இனி இருக்காதே என்பது மட்டும்தான் வர்கீஸ் மத்தாயியின் தனிப்பட்ட இழப்பாகத் தோன்றியது. அன்னம்மாவின் சவப்பெட்டியின் மீது மண்போடத் தொடங்கியதும், வர்க்கீஸ் கல்லறைத் தோட்டத்தின் ஒரு மூலைக்குச் சென்று அன்னம்மாவின் பர்ஸிலிருந்து கடைசியாக எடுத்த காசைக் கொண்டு வாங்கிய கடைசி பீடியைப் புகைத்தான். பீடி புகைத்தலும், சுயஇன்பம் காண்பதுவும்தான் வர்க்கீஸின் ரகசிய சந்தோஷங்களாக இருந்தன. தான் ஒருமுறை, இந்த இரண்டையும் ஒருங்கே அனுபவித்துக் கொண்டிருக்கும்போது அன்னம்மாவின் பார்வையில் பட்டதை மனதில் ஒரு சங்கடத்துடன் நினைத்துக் கொண்டான். அவன் வாயிலிருந்து சுருண்டு உயரும் பீடிப்புகை ஏதோ குப்பையிலிருந்து உயரும் வாயுவைப் போல் சவக்குழியின் மீது படர்ந்து சென்றது.

முதல்நாள் அப்பா அந்தப் பழைய பர்ஸின் ஒவ்வொரு அறையையும் பரிசோதித்த பிறகு பரணின் மீது தூக்கிப் போடுவதற்கு முன்பாகவே வர்கீஸ் அதிலிருந்த ஒரு ரூபாய் எழுபத்தியெட்டு பைசாவை எடுத்திருந்தான். துவைத்துத் துவைத்து நிறம் மங்கிப்போன அன்னம்மாவின் நாலு புடவைகள் அடுக்கி வைக்கப்பட்டிருந்த மரப்பெட்டியின் அடியில் விரித்திருந்த நியூஸ்பேப்பருக்குக் கீழேயிருந்து

அப்பாவுக்கு ஆறு ரூபாய் கிடைத்தது. இது அன்னம்மாவுடையதா வேறு யாராவது ஒளித்து வைத்திருந்ததா என்ற பலமான சந்தேகத்தை அப்பா அடக்கிக் கொண்டார்.

சவப்பெட்டி செய்யவும் மற்றவற்றிற்குமான பணம் வங்கியிலிருந்து ஒரு நீண்ட பெருமூச்சுடன் எடுக்கப்பட்டது. சவத்தை அலங்கரிக்க ஒரு மலர்கிரீடம் வாங்குவதற்காக அந்த ஆறு ரூபாய் ஒதுக்கி வைக்கப்பட்டது. ஆனால் சாட்டின் பூக்கள் கொண்டு அலங்கரிக்கப்பட்ட ஒரு கிரீடம் பள்ளிக்கூடக் கன்னியாஸ்திரிகளால் கொடுத்தனுப்பப் பட்டதால், அப்பா அந்த ஆறு ரூபாயைத் தன் பெல்ட்டின் மற்றொரு அறைக்குள் ஒதுக்கி வைத்தார். கணக்குகளைப் போட்டுக் குழப்பிக்கொள்ளும் சுபாவமுள்ளவரல்ல அவர்.

போஸ்ட் மார்ட்டத்தில் மரணத்துக்கான காரணம் மாரடைப்பு என்றிருந்தது. அன்னம்மாவின் கன்னித் தன்மைக்கு எந்தவொரு பங்கமும் வந்திருக்கவில்லை. இதுவும் போஸ்ட்மார்ட்டத்தின் ஒளிரும் கத்திகளும் உறையணிந்த விரல்களும் கண்டுபிடித்த உண்மை. அன்னம்மா டீச்சர் அவ்வாறு தன் மரணத்தில்தான், ஒரு ஆணின் தீண்டலைக் கருணையற்ற பிளத்தலாக அனுபவித்தாள். அவளுடைய குடும்பத்திற்கு இந்த மரண அறிக்கைகள் பெருத்த நிம்மதியைக் கொடுத்தது. காரணம், காதலர்களோ வேறு யாரோ கொலை செய்ததாயிருக்கலாமோ என்ற சந்தேகம் தீர்ந்து விட்டதே. ஏனெனில், அன்னம்மாவின் அழகு அனைத்து சந்தர்ப்பங்களிலும் அவளுடைய அப்பாவின் நிம்மதியைக் குலைத்துக் கொண்டிருந்தது.

அந்த அழகு மட்டும் குடும்பத்திற்குப் புரியாத, யாருக்கும் வளைந்து கொடுக்காத, ஒரு புலப்படாத சக்தியாகப் பிரகாசித்துக் கொண்டிருந்தது. அவளுடைய முப்பத்தொன்பதாவது வயதிலும் வரன்களைப் படியேறி வரச்

செய்தது. தன்னுடைய பூரண அழகை அனைவரின் கண்களுக்கும் விருந்தாக்கிக்கொண்டு மழைத்துளிகளைப் போர்த்தியபடி படுத்திருக்கும் அன்னம்மாவின் உறக்கம், கடைசியாக அவள் ஒருமுறை குடும்பத்திற்கு சவால் விடுவது போலத்தான் அப்பாவிற்குத் தோன்றியது. என்ன இருந்தாலும் அவளுடைய மரணத்தைப் பற்றிய கருவளையம் போன்ற சந்தேகம் போஸ்ட் மார்ட்டத்திற்குப் பிறகும் அப்பாவின் மனதிலிருந்து முழுவதுமாக மறையவில்லை.

ஒருவேளை அவள் தவறு ஏதாவது செய்திருந்தாலும், அவப்பெயர் எதுவும் இல்லாதபடி எல்லாம் முடிந்துவிட்டதே, எல்லாம் அவன் செயல். யோசித்துப் பார்த்தால் அவளும் பெண்தானே? வெற்றிலையில் சுண்ணாம்பு தேய்த்துக் கொண்டே அப்பா சிந்தனையில் ஆழ்ந்தார். பக்கத்தில் அமர்ந்து பாக்கு வெட்டிக் கொண்டிருந்த அம்மா எதற்கோ தலை குலுக்கினாள். அம்மாவுக்கு இயேசுவினிடத்தில் நிறைந்த பக்தியிருந்தது. புனித இருதயத்தின் முன்னாலிருந்து எழுந்திருக்கவே மாட்டாள். புனித வெள்ளியன்றே அவளுக்கு மரணமடையும் பாக்கியம் கிடைத்ததே. குடும்பத்திற்கு தெய்வத்தின் அனுக்கிரகம் உண்டு என்றெல்லாம் அடக்கத்தின் மறுநாள் ஞாயிற்றுக்கிழமை சர்ச்சிற்குப் போகும்போது தோழிகளிடம் சொல்லிக்கொண்டே வந்தாள்.

'அவளுக்குப் பதினேழு வயது ஆனதிலிருந்தே திருமணம் செய்ய நாங்கள் நிர்ப்பந்தித்துக் கொண்டிருந்தோம். ஆனால், அந்தப் பாக்கியம் அவளுக்கு கிடைத்ததா, பாருங்கள்' என்று அம்மா மூக்கில் சுண்டுவிரலை வைத்துக்கொண்டு சொன்னாள். நோன்பிற்காக இறைச்சி நறுக்கி அம்மாவுடையதும் நாத்திகளுடையதும் கைகள் வலித்தன. புனித வெள்ளியன்று நோன்பு முடிக்க வேண்டிய அவசரமான நேரத்தில் அன்னம்மா இறந்ததற்கு எதிராக அவர்களின் சோர்ந்த கைவிரல்கள் முணுமுணுத்தன.

பால் சக்காரியா

அன்னம்மாவிற்கு யேசுவின்மீது என்றும் பிரியமிருந்தது. குழந்தைப்பருவத்தில் இடிஇடிக்கும் போதும், பெருவெள்ளம் பாயும் ஓடையைக் கடக்கும் போதும், கைப்பிடியில்லாத ஒற்றையடி மரப்பாலம் வழியாக மூச்சை இழுத்துப் பிடித்துக்கொண்டு கடந்து செல்லும்போதெல்லாம் அவள் ளிஈசோஈ என்று அழைத்தது இந்தப் பிரியத்துக்குரியவனைத்தான்.

தன் முப்பத்து மூன்றாம் பிறந்த நாளன்று சர்ச்சுக்குப் போய் பாவமன்னிப்பு கோரி அப்பம் பெற்றுத் திரும்பும்போது அன்னம்மா யேசுவிடம் இப்படிப் பேசிக்கொண்டே வந்தாள். ளிஇன்று முதல் நீ எனக்கு தம்பிதான். எனக்கு முப்பத்து மூன்று முடிந்துவிட்டது. என் வயதில் நீ இறந்துவிட்டாய். இனி எனக்குத்தான் வயது கூடும். இனி நான் உன் அக்கா. நீ என்னிலும் இளையவனாக, என் செல்லத் தம்பியாக இருக்க வேண்டும்ஈ

புனித வெள்ளிகளில் சர்ச்சில் அமர்ந்து அன்னம்மா அவனிடம் ளிபாவம், என்ன வேதனையுடன் நீ இறந்தாய். இன்றைய உன் மகிமையைக் கனவு காணக்கூட உன்னால் முடிந்ததா? சிலுவையின்மேலே உன் அலறல் பெரிய அலறலாகத்தான் இருந்ததோ? யேசுவே நீ எவ்வளவு அப்பாவியாக இருந்தாய்ஈ என்பாள். அன்னம்மா டீச்சர் தன் ஈரமான கண்களை மற்றவர்கள் யாரும் அறியாமல் சேலைத் தலைப்பால் துடைத்துக்கொண்டு பலிபீடத்தின் கருப்புநிறத் திரைச்சீலையின் அசைவுகளை உற்று நோக்குவாள்.

அன்னம்மா ஒருபோதும் தனக்குத் திருமணம் நடக்கவேண்டுமென்று அவனிடம் பிரார்த்தனை செய்ததில்லை. சிலசமயம் அவளுக்குப் பெரிய சங்கடமும் தனிமையும் தோன்றியிருந்தன. சிலவேளை இரவுகளில் மூச்சடைப்பும் எதற்கென்றறியாத ஒரு சிலிர்ப்பும் தோன்றியிருந்தன. அப்போதும் அன்னம்மா ஜெபிப்பாள்

ளிஈசோயே, நீ எனக்குத் துணையாயிருக்கணும்ூ அப்பா டைபாய்டு வந்து ஆஸ்பத்திரியில் இருந்த போதும், நாத்தனார்கள், தங்கைகளின் பிரசவ தினங்களிலுமெல்லாம் அன்னம்மா அவனிடம் சொன்னாள். ளியேசுவே, நீ எங்களைக் கைவிடாமல் காப்பாற்ற வேண்டும்ூ

முப்பது வயது வரைக்கும் அன்னம்மா தன் திருமணத்தைப் பற்றி சிலமுறை நினைத்துக் கொண்டிருந்தாள். மற்ற எல்லோரையும் போலத் தனக்கும் திருமணம் நடக்குமென்றுதான் நம்பினாள். அப்பாவோ சகோதரர்களோ தனக்கு ஒரு வரனைக் கொண்டு வருவார்கள் என்று அவள் வெறுமனே நினைத்தாள். பள்ளிக்கூடத்தில் உள்ள ஜார்ஜ் சார், தன் சித்தப்பாவையும் அழைத்துக்கொண்டு வீட்டிற்கு வந்து அப்பாவுடன் பேசிய அந்த ஞாயிற்றுக்கிழமை மட்டும் அன்னம்மா திருமணச்சடங்குகள் பற்றி, ஒரு வீட்டைப் பற்றி, குழந்தைகளைப் பற்றி இதயத்திலொரு பரிதவிப்புடன் யோசித்தாள். ஆசைப்பட்டாள். அவர்கள் போன பிறகு, ளிஇவனுக்கெல்லாம் வரதட்சணை கொடுத்து மாளாதே, அப்படியே கொடுப்பதாயினும் அதற்குத் தக்கபடியான பெருமை ஒன்றுமில்லாத குடும்பமாக இருக்கிறதுூ என்று அப்பா சொல்வதைக் கேட்டவுடன், அவள் அந்த யோசனையையும் அழித்துவிட்டாள்.

ஜார்ஜ் சார், வரதட்சிணை எதுவும் வாங்காமல் அன்னம்மாவைத் திருமணம் செய்து கொள்ளத் தயாராயிருந்தார் என்று மேரிக்குட்டி டீச்சர் மூலம் பின்னர் அறிந்து கொண்டாள். வெற்றிலை போட்டுச் சிவந்த உதடுகளும் புன்னகையுமாக நடக்கும் ஜார்ஜ் சாரிடம் அன்னம்மாவிற்கு விருப்பமிருந்தது. ஓய்வறையில் அமர்ந்து கேலி பேசி எல்லோரையும் சிரிக்க வைப்பார். மறுநாள் ஜார்ஜ் சார் யாரிடமும் எதுவும் பேசாமல் ஓய்வறையின் ஒரு மூலையில் அமர்ந்து கட்டுரை நோட்டுகள் திருத்திக்

கொண்டிருந்தார். சாரின் பக்கத்தில் போய் உட்கார்ந்து ளிவருத்தப்படாதீர்கள்ூ என்று ஆறுதல் சொல்லவேண்டும் போல அன்னம்மாவிற்குத் தோன்றியது. எனக்கும் வருத்தம்தான் என்று சொல்லவேண்டும் என்று தோன்றியது. அந்த நிமிடம் அடுத்த பீரியடுக்கான மணி அடித்தது. அன்னம்மா வகுப்பறைக்குச் செல்லத் தயாரானாள்.

அதன்பிறகு அன்னம்மா ஸ்கூலுக்குப் போவாள், வருவாள். எல்லோருக்கும் தன்னாலான வேலைகளைச் செய்து கொடுப்பாள். அம்மாவின் கட்டிலுக்குப் பக்கத்தில் தரையிலொரு பாய் விரித்துப் படுத்துறங்குவாள். மாசக் கடைசியில் சம்பளத்தை அப்பாவிடம் கொடுப்பாள். அப்பா அதை எண்ணி முடியும்வரை கதவிற்கு வெளியே தலைதெரியும்படி நிற்பாள். ரூபாயை பெல்ட்டில் திருகிக் கொண்ட பிறகு சமையலறைக்குத் திரும்புவாள். சில சமயம் இருட்டில் பாயில் படுத்துக்கொண்டு அன்னம்மா யேசுவிடம் சொல்வாள்; ளிதானம் கொடுக்க வேண்டுமென்று நீ சொல்லியிருக்கிறாயா? என்னால் அது முடியவில்லை என்று உனக்குத் தெரியுமே? இல்லையென்றால் தனிமையில் உழலும் நான் என்னால் முடிந்த அளவு பணத்தை ஏழைகளுக்குத் தானம் செய்திருப்பேனே?ூ

சிலபோது உள்ளேயொரு புன்னகையுடன் அன்னம்மா கேட்பாள், ளிஆனால், என்ன தானம்தான் நீ கொடுத்தாய்? உன்னிடம் பணம் இருந்ததா? உன்னுடையதெல்லாம் வார்த்தைகளினாலான ஒரு வித்தையாக அல்லவா இருந்தது. கொஞ்சம் நேசத்தையும் கோபத்தையும்தானே நீ தானம் செய்தாய்? உன் வார்த்தைகளின் வலையில் நீ எல்லோரையும் விழ வைத்தாய். கடைசியில் நீயும் அதில் வீழ்ந்தாய்ூ

இந்த எல்லை கடந்த எண்ணங்களையெல்லாம் அன்னம்மா, எதனாலோ பாவ மன்னிப்பு கேட்கும்போது சொல்லவில்லை. பாயின்மேல் அவளை அழுத்திய

இரவுகளின் கனம் மட்டும் ஒன்றைவிட ஒன்று உயர்ந்து கொண்டிருந்தது. அவளுடைய நெஞ்சில் கலகல சத்தம் மட்டும் வேர்வையணிந்த மூச்சு முட்டலிற்குள் சென்று மறையும். உடல் தளர்ந்தாலும் அன்னம்மா பயப்படவில்லை.

புனித வெள்ளியன்று நீர் சலசலப்பதும் காற்றடிப்பதும் பசுக்கள் கத்துவதும் பறவைகள் கீச்சிடுவதும் ஒரு அழுகையைப் போலத்தான் அன்னம்மாவிற்குக் கேட்டது. பாறைகள் நிறைந்த ஓடையின் பளபளக்கும் நீரில் நின்றுகொண்டு துணி துவைத்த அன்னம்மாவின் பாதங்களில் வெயில் வீசியெறிந்த ஒரு நிழல் வலையின் கண்ணிகள் சுற்றிக்கொண்டு அசைந்தன. அவளுடைய கணுக்கால் ரோமங்களில் சிறு மீன்கள் உதட்டை அழுத்தின. அவள் தளர்வாகத்தான் சர்ச்சிலிருந்து வந்தாள். சர்ச்சிலிருக்கும்போது ஒரு நீண்ட அழுகையும் சங்கடமும் அவளைச் சூழ்ந்திருந்தன. தேன்கூட்டின் இரைச்சல்போல உரியவனில்லாமல் எழுந்த கூட்டுப் பிரார்த்தனையின் இரைச்சல் அவளை மிகவும் சங்கடத்துக்குள்ளாக்கியது.

ளிஇந்த இரைச்சலுக்கிடையில் இந்த மக்கள் உன்னிடம் சொல்வதென்ன? இதற்காகத்தானா நீ வெயிலிலும் மழையிலும் இருட்டிலும் அலைந்து அடியும் உதையுமேற்று அழுது இறந்தது? பாவம் தம்பி!” உருக்கத்துடன் அவள் சொன்னாள். உன்னால் எதுவும் அடைய முடிந்ததில்லை. எல்லாம் வீண். பாவமன்னிப்புக் கூண்டிற்கு அருகில் மறைந்து நின்று அன்னம்மா கண்ணீர் துடைக்கவும் தேம்பலைத் தடுக்கவும் முயன்றாள். மரணமணியின் தயையற்ற கிடுகிடு சத்தம் உயர்ந்தபோது அன்னம்மாவிற்குக் குமட்டியது. ளிஉன் மரணத்தை இவ்வளவு பயங்கரமான ஒரு சத்தத்தை வெளிப்படுத்தித்தான் நினைவுறுத்த வேண்டுமா?” இரண்டு காதுகளிலும் விரல்களை அழுத்திக் கொண்டு அன்னம்மா வேர்வையும், தலைசுற்றலுமாகக் சுவரில் சாய்ந்து அமர்ந்தாள்.

துணி துவைத்து முடிப்பதற்குள் ஆகாயத்தில் மழை மேகம் மூடியிருந்தது. துணிகளைக் காயவைத்த பிறகு, சோர்வு நீங்கட்டும் என்றெண்ணி நீரில் நெடுநேரம் மூழ்கிக் கிடந்தாள். ஆகாயத்தில் மேகத்தின் நிறம் நகர்ந்து செல்லவே இல்லையென்று அவளுக்குத் தோன்றியது. அன்னம்மா எழுந்து நின்று சோப்பு தேய்க்கத் தொடங்கினாள். அப்போதுதான் அடர்ந்த காடுகளில் ஓர் அசைவை ஓரக்கண்ணால் பார்த்தாள். அவள் உடனே அந்தப் பக்கம் திரும்பினாள். ஒரு தலை செடியின் பின்னால் மறைந்தது. அன்னம்மாவிற்கு அடக்கமுடியாத கோபம் வந்தது. பெண்கள் குளிக்குமிடத்தில் ஒளிந்து பார்க்கிறார்களா? அது யாரென்று தெரிய வேண்டுமே. அவள் உடனே கரை ஏறி ஒரு நிமிடத்தில் காடுகளுக்குள் சென்றாள். அங்கே ஒரு இளைஞன் நின்றிருந்தான்.

ளிநீயா?” அன்னம்மா முணுமுணுத்தாள். ளிநீ இப்படிச் செய்வாயென்று நான் நினைக்கவில்லை. குறிப்பாக இன்று நீ பாவம் செய்யலாமா?”

அவன் தோள்களில் பிடித்துக் கொண்டே அன்னம்மா கேட்டாள்: ளிதம்பி, என்னைப் பார்ப்பதற்காகவா இந்த ஓடைப்பக்கம் வந்தாய்? இவ்வளவுதானா உன் சக்தி?”

ளிஇன்று நீ எனக்காக எவ்வளவோ அழுதாய்?” இளைஞன் சொன்னான். ளிஉன்னை ஆற்றுப்படுத்தத்தான் நான் வந்தேன். சுழித்து ஓடும் இந்த சுத்தமான நீரில், நீ நிற்கும் போதுதானே, எல்லா வேலைகளையும் செய்து முடித்து நீ நீயாக மட்டுமே ஒரு நிமிடம் இருக்கும் போதல்லவா, நான் உன்னைக் காண வரவேண்டும். இல்லையா அக்கா? திடீரென்று பார்த்தால் நீ பயந்து விடுவாயோ என்று எண்ணித்தான் ஒளிந்திருந்தேன்”

ளிதம்பீ... உன்னைப் பார்த்து நான் பயப்படுவேனா? நீ நலம்தானா? உன் சங்கடங்களுக்கெல்லாம் ஒரு முடிவு

வந்துவிட்டதா? நான் இன்று சிறிது தளர்வுற்றிருக்கிறேன். என் கண்களில் இருட்டு வந்துவிட்டதே. சூரியனுக்கு என்ன ஆகிவிட்டது? நீ என் கைகளைப் பிடித்துக் கொள்”

இளைஞன் அன்னம்மாவின் இரண்டு கைகளையும் தன் கைகளில் எடுத்து தன்னுடைய உதடுகளில் அழுத்திய பிறகு மெதுவாகச் சரிந்து கொண்டிருந்த அன்னம்மாவைத் தாங்கிக்கொண்டு முணுமுணுத்தான்; ளிதூங்கு அக்கா, ஓய்வெடுத்துக் கொள். எனக்கு இன்றும் சக்தியொன்றும் இல்லை. நீ தளர்வுற்று விழும்போது தாங்குவதற்காக மட்டுமே நான் வந்திருக்கிறேன்”

அன்னம்மாவின் உடம்பைப் புற்களின்மீது படுக்க வைத்துவிட்டு அவன் கார்மேகங்களிலொரு சிறு புள்ளியாக மறைந்து போனான். அந்த மேகங்கள் பெய்த மழை, அன்னம்மாவைக் கழுவிய பிறகுதான் அவளுடைய சடலத்தை வர்கீஸ் மத்தாயி என்ற சகோதரன் கண்டதும் கத்திக் கொண்டு ஓடியதும் நடந்தது.

சிலுவைமலை மீது

எங்களுடைய சிலுவை மலையின் மீது இரவில் ஒரு வெளிச்சம் தெரிகிறது என சில விசுவாசிகள் என்னிடம் வந்து சொன்னார்கள். நடு இரவில் வெளவால் வேட்டையாட பாலத்தினருகே குளக்கரையின் முந்திரி மரத்தடியில் உட்கார்ந்திருக்கும்போதுதான் அவன் அந்த வெளிச்சத்தைப் பார்த்தான். பயத்தில் வெடவெடவென்று நடுங்கியபடி எழுந்து ஓடினான். இரவு வேட்டையின் வழி அரைஞாண் கயிற்றில் தொங்கிக் கிடந்த செத்த வெளவால்களின் தோல் இறகுகள் சப்தமெழுப்பியபோது, நடுக்கத்துடன் ஓடினான். மற்றொருவன் குளத்தில் தூண்டிலிட்டு மீன் பிடித்துக் கொண்டிருந்தான். விஷத்தில் தலைசுற்றித் தலைகீழாகச் சுழன்றோடிய விரால்களின் பின்னால், வெட்டரிவாளோடு ஓடும்போது கல்லின் பாசியில் வழுக்கி அவன் விழுந்தான். அவன் கையிலிருந்த தீப்பந்தம் விஷநீரில் அணைந்தது. விஷநீரில் அவன் மல்லாந்து விழுந்தபோது, மலையோரத்துப் புதர்க்காடுகளில் யாரோ நெருப்பு வைத்தது போல சிலுவைமலை மீது அற்புத வெளிச்சம் பரவுவதை அவன் பார்த்தான்.

அங்கே யார் நெருப்பு வைப்பார்கள்? வருடத்துக்கொரு முறை புனித வெள்ளியன்று, கரடு முரடான வழிகளினூடே நாங்கள் கல்லும் முள்ளும் மிதித்து, விரல் நசுங்கி, கார முள்

உடம்பைக் கீற, வேர்வையும் தாகவுமாய் மலைமீதுள்ள சிலுவையின் கீழ் சென்று சேருவோம். பதிமூன்றாம் வளைவில்தான் சிலுவை மலையின் எல்லையை அடைய முடியும். விரிசல் விழுந்த சிலுவையின் நீண்ட கைகளைப் பார்த்து பிரார்த்தனை செய்துவிட்டு, அதில் மரித்தவனின் வேதனையைப் பற்றிப் பாடிவிட்டு, உருண்டைக் கற்களில் இடறி தலைகுப்புற விழாமல், பாறைகளையும், மரங்களையும் செடி நுனிகளையும் பிடித்தபடி கீழே இறங்குவோம். சிலுவையின் கீழே ஏற்றி வைத்த மெழுகுவர்த்திகள் நாங்கள் அடிவாரம் வந்து சேர்வதற்குள் உருகிக் கரைந்திருக்கும்.

பிறகெப்படி அந்த வெளிச்சம் அங்கே வந்தது? ஆடு மேய்க்கும் சிறுவர்களோ, புல் அறுப்பவர்களோ, சுள்ளி பொறுக்கப் போகும் பெண்களோ யாருமே மலைமேல் ஏற மாட்டார்கள். வெடி வைப்பவர்கள் கூட சிலுவை மலை ஏறுவதில்லை. பிசாசு இருக்கிறதாம். கண்ணைக் கட்டிவிடுமாம்.

கிறிஸ்துவின் மலைமீதா பிசாசு இருக்கும்? அவனுடைய சிலுவையின் வழியிலா சாத்தான் நம் கண்ணைக் கட்டும்?

உதவியாளனும், கோயில்பிள்ளையும் என் அறையில் வந்து மலைமீது தோன்றும் வெளிச்சம் பற்றிச் சொன்னார்கள். பாராந்தோட்டின் குஞ்ஞுவிரா மரவள்ளிக் கிழங்குக் களத்தில் காவலிருந்தானாம். நடு ராத்திரி தாண்டி, ஏதோ தோன்ற, திடுக்கிட்டெழுந்து காவல் மாடத்தின் வெளியே வந்து பார்த்தபோது, சிலுவை மலைமீதுள்ள மரச்செறிவுகளில் வெளிச்சக்கோடுகளையும் பின்னல்களையும் பார்த்தான். குஞ்ஞுவிரா நடுக்கத்தோடு மாடத்திற்குத் திரும்பி வந்து பாயின் நான்கு மூலைகளிலும் சிலுவை வரைந்துவிட்டு இழுத்திப்

போர்த்திக்கொண்டு படுத்துவிட்டான். எல்லாவற்றையும் நான் ‘உம்’ கொட்டியபடி கேட்டுக் கொண்டிருந்தேன்.

நான் அன்று சாத்தானின் சூழ்ச்சிகளைப் பற்றித்தான் பிரசங்கம் செய்தேன். ஒளிமயமான கிறிஸ்து, உயிர்த்தெழுந்து வந்த சக்திமான், சாத்தானுக்கெதிராக ஒரு வலிமையான கோட்டையைப் போல நிலைநிறுத்தப் படுவதைப் பற்றி நான் வர்ணித்தேன். அவன் கண்முன்னாலிருந்து பிசாசுகள், கொடுங்காற்றில் காய்ந்த சருகுகள் போல் பாய்ந்து ஓடுகின்றன. அவனுடைய தூய ராஜ்யத்தின் முன்னால் சாத்தானின் இருண்ட செங்கோலும் கிரீடமும் சிதறி வீழுகின்றன. நம்புங்கள்! சாத்தானும் அவனுடைய நரகத் தீயும் என்றென்றைக்குமாக அணைந்து விடும். பீதியடையாதிருங்கள்!

பிறகு பிதாவின் திருவாக்கை நான் வாசித்தேன். இரத்தம் சிந்துதலின், கலகத்தின், பிரித்தாளுதலின் சக்திகளிடமிருந்து நம்மை ராஜ்யத்தின் புதிய லட்சியங்களான கட்டுப்பாடும், கடின உழைப்பும் எப்படி காப்பாற்றும் என்பதே, பிதாவின் சொற்பொழிவின் சுருக்கம். இதில் விசுவாசிகளின் பங்கு என்ன என்று அவர் தெளிவாக்கினார். கலக சக்திகளுக்கும் ஆட்சி அதிகாரிகளுக்குமான போராட்டத்தை, சாத்தானுக்கும் கிறிஸ்துவுக்குமான போராட்டத்தோடு உவமைப் படுத்தியபடி நான் பிரசங்கத்தை நிறைவு செய்தேன்.

அன்று அறையிலமர்ந்து பத்திரிகை வாசிக்கும்போது, உதவியாள் மீண்டும் வந்தான்.

“ஃபாதர், கல்லந்தோணிக்கல்லின் ஜானியையும், மலையானிப் பறம்பின் தோமாச்சனையும் பிடிச்சுட்டுப் போயிட்டாங்க”

“அவங்க காலையில கோயிலுக்குள்ள இருந்தாங்களே?”

ளிளிவீட்டுக்குப் போற வழியில புளிக்கப் பாலத்தின் பக்கத்தில் புடிச்சு, வேன்ல ஏத்திக்கிட்டு போயிட்டாங்கன்னு யோஹன்னான் அண்ணன் சொன்னார்””

ளிளிதெய்வத்தினுடையதை தெய்வத்திற்கும், கைசருக் கானதை கைசருக்கும் கொடுத்துதான் ஆக வேண்டும். எதிர்க்கறதினால என்ன பயன்? அதிகாரிகளின் பலம்தான் பெரியது. சபை சமாதானத்தின் பக்கம்தானே நிற்கிறது””

ளிளிநம்ம பசங்ககிட்ட சொல்லி எதையாவது செய்யணும்””

ளிளிஎன்ன செய்ய முடியும்? நாம யார் அதுக்கு? பிதாவின் திருவாக்கை யோஹன்னான் அண்ணா நீங்களும் கேட்டீங்க இல்லையா? திருச்சபையின் நிலைபாடுகளுக்குப் பின்னால் எல்லாம் அறியும் தெய்வத்தின் உணர்வும் இருக்குதானே? ஒவ்வொருவனும் அவனவன் செய்ததன் பலனை அனுபவிப்பான்””

உச்சிவெயில் கொளுத்தும் ஆகாயத்தில் சிலுவை மலைமீது பருந்துகள் பறந்து திரிந்தன. ஜன்னலினூடாக மலைக்கு நேராக ஏறெடுத்துப் பார்த்து, வெற்றிலைச் சாறைத் துப்பிய விட்டுத் திரும்பிய யோஹன் அண்ணன்,

ளிளிஃபாதர் நம்ம மலைமேல என்னது அது?”” என்றார்.

ளிளிராத்ரில வழியோர மரங்களில் மின்மினிப் பூச்சிகள் கூட்டமாகப் பறப்பதாக இருக்கும். தூரத்திலருந்து பாக்க தீப்பிடிச்சது மாதிரி தெரியுது””

நான் அவருடைய முகத்தைப் பார்க்கவில்லை.

ளிளிநேற்று மாந்தோப்பு வீட்டுக் கொச்சூட்டியின் புள்ளிப் பசு கன்னு போட்டிருக்கு. அவன் மனைவி குஞ்ஞேலி, பசு முனகுவதைக் கேட்டு நடுராத்திரில எழுந்து வந்து பிரசவம்

பார்த்திருக்கா. காளைக் கண்ணு. கால்களிலும், வாலிலும், நெற்றியிலும் கொடி சுற்றியிருந்தது.

கழிவுகளை அகற்றுவதற்காகக் குஞ்ஞேலி பனைமரத்து வழியாகப் போய்க் கொண்டிருக்கும்போது, எதேச்சையாகக் சிலுவை மலையை ஏறிட்டாள். வெளிச்சம் ஒன்று மலை உச்சியை நோக்கிப் போகிறது. ஏீஈசோ௺ என்று கூவியபடியே ஓடினாள். வழியில் எலிவளைக்குள் கால் புதைந்து விழ, தலை கல்லில் இடித்தது. விடியற்காலையில் கொச்சூட்டி தேடிப்போனபோது, குஞ்ஞேலி, உடம்பு முழுக்க மாட்டின் பிரசவக் கழிவுகளும், இரத்தமும், அதைத் தேடி வந்த எறும்புகளுமாக நாணல் புதரில் சுய நினைவின்றிக் கிடந்திருக்கிறாள். இப்படியே போவது சரியில்ல. திருச்சபையில் ஒரு பயம் நிலவுகிறது௺

நான் தலையைக் குலுக்கினேன்.

ஏிஸிலுவை மலை கர்த்தாவுடையது. கர்த்தா அதைக் காப்பார். தான் பாதி தெய்வம் பாதி௺ என்றான் உதவியாளன்.

அன்றிரவு நான் ஒரு கனவு கண்டேன். இருட்டில் தனியாக தேவாலய வாசலில் நின்று கொண்டிருக்கிறேன். திடீரெனக் கீழே கல்லறைத் தோட்டத்திலிருந்து யாரோ என்னை அழைக்கிறார்கள். நான் ஒற்றையபடிப் பாதை வழியாக நடந்து சென்று கல்லைறையின் வாயிலைத் திறக்கிறேன். வாதானக் கிணற்றின் சுவரில் சாய்ந்தபடி ஒரு பெண்ணும், இளைஞனும் என்னை சைகை காட்டி அழைக்கிறார்கள். அவர்களின் முன்னால் ஒளிரும் மண்டையோடுகளின் குவியல். அவை ஒவ்வொன்றின் உச்சியிலும் சிறு சிலுவை. ஒரு மண்டையோட்டைக் கையிலெடுத்து உயர்த்திக் காட்டியபடி அவள் என்னை அழைத்தாள்.

ஸிஸிபார்! இந்தத் தங்க மண்டையோட்டைப் பார்! சிலுவையின் வெற்றி! வா! வா!""

ஒளிரும் தங்கத்தை நோக்கி நான் கைகள் நீட்டிச் சென்றேன். மண்டையோட்டைக் கைகளில் வாங்கினேன். திரும்பி இரண்டடி நடக்கும் முன்பே அதன் தங்க நிறம் என் கைகளில் ஒட்டிக் கொண்டது. பளீரிடும் வெண்மையில் எலும்புக்கூடு, அதன் கண்களால் என்னை உற்றுப் பார்த்தது. பின்னர் ஒரு குமிழி போல என் விரல்களுக்குள் நகர்ந்து போனது. அதன் பற்கள் பழத்தின் விதைகளைப் போல என் பாதங்களில் சிதறி விழுந்தன. அப்போது எனக்குப் பின்னாலிருந்து வெடித்த சிரிப்பு, கல்லறைகளுக்கு இடையிலான இருட்டினூடே மீண்டும் மீண்டும் உயர்ந்து எழுந்தது. மண்டையோட்டின் நெற்றியிலிருந்த சிலுவையும் சுள்ளி போல ஒடிந்து இருட்டில் விழுந்தது.

நான் விழித்து கட்டிலில் உட்கார்ந்தேன். போர்வையை நன்றாக இழுத்துப் போர்த்தியபடி என் மனதை சமாதானப் படுத்தினேன். அவர்கள் இருவரின் பயமுறுத்தும் முகங்கள் என் நினைவில் தெளிவாக இல்லை. நான் ஜெபமாலையைக் கையிலெடுத்துப் பிரார்த்தனை செய்தேன். என் வயது இப்படிப்பட்ட கனவுகளின் சக்திகளிடமிருந்து என்னை விடுவித்துக் கொண்டது என நான் நம்பியிருந்தேன். அறுபது வயதில் கெட்ட கனவுகளும், நல்ல கனவுகளும் ஒரேபோல் பொருளற்றவை தானே? ஆனால், ஒரு உள்நடுக்கத்தோடுதான் என் கைகளில் தகர்ந்துபோன மண்டையோட்டையும், சிலுவையையும் பற்றி, என்னை வரவேற்ற இளம்பெண்ணின், இளைஞனின் முகங்களைப் பற்றி அந்த இருட்டிலமர்ந்து சிந்தித்தபடி இருந்தேன்.

அப்படியே உட்கார்ந்து நன்மை நிறைந்த மரியாளில் அமைதியடைய முயன்றேன். ஆனால், என்னுடைய நிம்மதியின்மையின் நிமிடங்கள் மிக அருகில் நெருங்கிக் கொண்டிருந்தன. தூக்கம் வராமல் நான் எழுந்து ஜன்னலருகே சென்று சிலுவை மலையைப் பார்த்தேன். ஒரு நடுக்கத்துடன் பின் வாங்கினேன். அதோ, அந்த ரகசிய ஒளி! அதோ அந்தச் சாத்தானின் விளக்கு! சிலுவை மலைமீது! என் கிறிஸ்துவின் பாதையின் மகத்துவத்தில்! பட்டென அந்த ஒளி என்மேல் பரவியதாக எனக்குத் தோன்றியது. நான் வேகமாக ஜன்னால் கதவை இழுத்துச் சாத்தினேன். கட்டிலில் வந்து படுத்துக்கொண்டு என் துடிக்கும் இதயத்தின் துல்லிய சத்தத்தைக் கேட்டேன். அந்த இரவில், ஏகாந்தமான கட்டிலைச் சுற்றி என் இறந்தகாலம் மெதுவாகச் சூழ்ந்தது. அதன் கருணையில் நானொரு பிஞ்சுக் குழந்தையென, எப்போதென்று தெரியாமல் உறக்கத்தில் ஆழ்ந்து விட்டிருந்தேன்.

ளிஓசானா! ஓசானா!ு பலிபீடத்திலிருந்து பார்க்கும்போது குருத்தோலை நுனிகள் நிறைந்த தேவாலயத்தின் உட்புறம் கதிர் முற்றிய வயல்வெளி போலிருந்தது. துளிர் ஓலைகளின் ஆட்டத்தினிடையில், முழங்கும் மணியோசையின் தாளம் கேட்டு, எருசலேமுக்கான அவனுடைய பிரவேசத்தின் மகத்துவத்தைப் பாடினோம். நாங்கள் அனைவரும் சிலுவை மலையையும், எங்களின் பேய்க் கனவுகளையும் மறந்திருந்தோம். ஆனால், ஆசீர்வதிப்பதற்காக உயர்த்திய கைகளுடன் என் விசுவாசிகளின் பக்கம் திரும்புகையில் பேரிடி போல என் மனது திடுக்கிட்டது. புனித வெள்ளி இதோ வந்துவிட்டது. அவனுடைய மகா தியாகத்தின் தினம் நெருங்கும் வேளையில் அவனுடைய மலை பகைவனிடம்

வீழ்வதா? அவனுடைய சிலுவையைச் சுற்றி யாருடைய வெளிச்சம் தெரிகிறது? தெய்வமே! நான் அலறினேன்.

திருவிருந்திற்குப் பிறகு அறையில் உட்கார்ந்திருக்கும் போது, ஜானியின் அம்மாவும், தோமாச்சனின் அம்மாவும் என்னைப் பார்க்க வந்தார்கள். துக்கத்தின் அழுத்தமான வாடையோடு அவர்களின் வெண்மையான உருவங்கள் வெயிலிலிருந்து என் அறைக்குள் நுழைந்தன. அவர்கள் அழுதார்கள். நான் சுவரின் வெண்மையையும் என் மடியையும் பார்த்தபடி உட்கார்ந்து கொண்டு சமாதான வார்த்தைகளை உச்சரித்தேன்.

அன்று இரவு மீண்டும் கனவுகள் என்னைத் துரத்தின. அந்தப் பெண்ணும் இளைஞனும் பூந்தோட்டங்களுக்கும் அரண்மனைகளுக்கும் என்னை வரவேற்று அழைத்துச் சென்றனர். நானொரு சிறுவனைப் போல அவர்களின் பின்னால் சென்று, அவர்கள் சுட்டிக் காட்டிய பாதாளச் சிறையின் ஜன்னல்களைப் பார்த்துச் சிரித்தேன். சங்கிலியில் கட்டப் பட்டிருந்த மனிதர்களை அவர்கள் தந்த சாட்டையால் அடித்தேன். குழந்தைகளை பயமுறுத்தினேன். கர்ப்பிணிகளைத் தரையில் இழுத்துச் சென்றேன். கிழவர்களை சுய மைதுனம் செய்ய வைத்தேன். கிரீடம் அணிந்தவர்களுடன் சேர்ந்து நானும் உரக்கச் சிரித்தேன். கடைசியில் உதட்டில் உறைந்த புன்னகையோடும் கண்களில் கடுமையோடும் இருவரும் என்னெதிரே வந்தனர். நான் சிலுவை மலை நோக்கி ஓடினேன். ஆனால் அவர்கள் ஒரு மிருகத்தைப் போல என்னை ஓடவிட்டு, பிறகு பிடித்து, பாலியல் வன்முறைக்கு உள்ளாக்கினார்கள்.

நான் உறக்கத்திலிருந்து விழித்தேன். மூச்சு முட்டுவதால் புடைத்த நெஞ்சும், நடுங்கும் கால்களுமாக கட்டிலிலிருந்து

எழுந்தேன். அவர்களின் முகங்களை இம்முறை என் மனம் மறக்கவில்லை. தெய்வமே! எதற்கு இந்த எளிய கிராமப் புரோகிதனின் கனவுகளில் சக்தியேறியவர்கள் வெளிப்படுகின்றனர். நான் அழுதபடியே உட்கார்ந்திருந்தேன்.

திறந்திருந்த ஜன்னல் என்னை பயமுறுத்தியது. அதன் பின்னிருந்த இருட்டில் பதுங்கியிருந்த மலை, அதன் மர்ம வெளிச்சத்தோடு என் அறையின் மீது இடிந்து விழுமோ என்று நான் பயந்தேன். நான் பதுங்கிச் சென்று ஜன்னலை சாத்தினேன். என் வயோதிக சரீரம், ஒரு நிமிடம் முன்பு அது அனுபவித்த ஆபாசங்களின் நினைவில் தனக்குள்ளாகவே அருவெறுத்துக் கொண்டது. என் கைவிரல்கள் ஜெபமாலையை உருட்ட மறந்துபோயின. அது தரையில் விழுந்தது. மீண்டும் கட்டிலை விட்டிறங்கி ஜெபமாலையை எடுக்கக்கூட எனக்கு பலமில்லாமல் போனது. நான் மீண்டும் மீண்டும் ஆத்ம வேதனையிலும், என் உடல்மீதான அருவெறுப்பிலும் மூழ்கியபடி தலையணையில் முகத்தை அழுத்தித் தேம்பினேன்.

ஏஇதுதான் இந்தக் கிழவனின் விதியா? நீதிமானே! இதுதானா உன் தாசனின் வயோதிகத்திற்கு நீ கொடுக்கும் சன்மானம்?ஹ

மறுநாள் பகல் முழுக்க நான் கூண்டுப் புழுவைப் போல என் அறையில் அங்குமிங்கும் அலைந்தேன். நாற்காலிகளில் மாறி மாறி அமர்ந்தேன். வெளியே மேகம் மூடிய ஆகாயத்தின் கீழ் சிலுவைமலை மௌனமாய்க் காவலிருந்தது. மதிய வேளையில் லேசாக மழை பெய்தது. நான் மழைத்துளிகளைப் பார்த்தபடி பிரார்த்தனை செய்தேன். அப்படியே உறங்கிப் போனேன். விழித்தபோது மழை விட்டிருந்தது. மாலை வெயிலின் நீண்ட நிழல்கள் அறைக்குள் பரவின. சிலுவை மலைமீது அது என்ன? ஒரு வானவில்!

ஜன்னல் கம்பிகளில் பிடித்து நின்று, ஒரு உதறலோடு, ளிளிஉன் அடையாளத்தின் அர்த்தம் என்ன? எதற்காக உன் வானவில்லை நீ அனுப்பினாய்?"" என்று கேட்டேன்.

நான் முகம் கழுவிக்கொண்டு ஜெபமாலையையும் பைபிளையும், அறையின் மூலையிலிருந்து ஊன்றுகோலையும் எடுத்துக் கொண்டேன். சின்ன டார்ச்செடுத்து அங்கியின் பாக்கெட்டில் போட்டுக் கொண்டேன். சமையலறையிலிருந்த வேலைக்காரனை அழைத்து, நான் திரும்பிவர நேரமாகுமென்றும் சொன்னேன். முற்றத்தில் இறங்கியதும் சந்தேகத்துடன் ஒரு நிமிடம் நின்றேன். திரும்பி வந்து ஊன்றுகோலை வைத்துவிட்டு, படுக்கையறையிலிருந்து என் அப்பாவின் சில்லாக்கோலை எடுத்தேன். பெரும்பாடன் காடுகளிலும், காரங்காட்டு மலைகளிலும் என்னுடைய அப்பா விவசாயம் செய்த காலத்தில் பாம்பு, காட்டெருமை, புலியிடமிருந்து தன்னைக் காப்பாற்றிக் கொள்ள அப்பா பயன்படுத்துவது. காடுகளில் அலையும் இலக்கற்ற உருவங்களுக்கெதிராக கூகையின் கூக்குரல்கள், இருண்ட காட்டிலிருந்து மனித இதயங்களை வந்தடையும் போது அப்பா சில்லாக்கோலை இறுகப் பற்றிக் கொள்வார்.

அப்பா இறந்தபின் ஒருநாள் வீட்டுக்குச் சென்றபோது, இதை அவர் நினைவாக நான் எடுத்துக்கொண்டு வந்துவிட்டேன். நாம் எவ்வளவு மடையர்கள் பாருங்கள். அர்த்தமற்ற நம்முடைய வாழ்க்கையின் முறிந்த கண்ணிகளைக் கொண்டு எதையெல்லாம் இணைக்க முயல்கிறோம்!

நான் மலையடிவாரத்தை அடைந்தபோது மாலைவெயில், மலையுச்சியின் மரநுனிகளில் தேய்ந்துபோன நிறமாகியிருந்தது. என் மனதை நான் அமைதிப்படுத்தினேன். சாத்தானுக்கெதிரான யுத்தத்தில் நம்பிக்கையே நம் பலம்.

63 பால் சக்காரியா

வயோதிகனான என் உறக்கத்தின் அமைதியையும், என் விசுவாசிகளின் நம்பிக்கையையும் எங்களின் சிலுவை மலையின் பரிசுத்தத்தையும் பாதுகாப்பதற்காக நான் அதன்மீது ஏறினேன்.

பாதை தொடங்குமிடத்தில் சுவராக ஒரு பாறை நின்றிருந்தது. கட்டுப்பாட்டையும், கடின உழைப்பையும் அறிவிக்கும் மடத்திலிருந்து வந்த சுவர் விளம்பர நோட்டீஸ்கள் தேவாலய மதிற்சுவரில் ஒட்டப் பட்டிருந்தன. மிச்சத்தை கோயில்பிள்ளை இந்தப் பாறையில் ஒட்டியிருந்தான். யாரோ அவற்றைக் கிழித்தெறிந்து இருக்கிறார்கள். இதற்கெல்லாம் அவர்கள் பதில் சொல்லியே ஆக வேண்டும். அம்மாக்களின் கண்ணீர் துடைக்க இந்தக் கிழவனின் கைகளுக்குச் சக்தியில்லை. அவர்களின் காயங்களை இனி இந்தக் கிழவனின் நம்பிக்கைகளால் தணிக்க முடியாது. நான் ஜீவனற்ற ஒரு பிரதிபிம்பம் மட்டுமே. மூச்சு முட்ட நான் என் அப்பாவின் கோலை ஊன்றியபடி மலையேறினேன். சொல்ல முடியாத துக்கம் இருளாக என்னைச் சூழ்ந்தது. நான் மலைச்சரிவில் நின்றபடி திரும்பிப் பார்த்தேன்.

என் பங்கு தேவாலயம் மெல்லிய பனியின் புகையில் மிதந்து கிடக்கிறது. அங்கேயும் இங்கேயுமாக விளக்குகள் எரிகின்றன. தேவாலய முகப்பின் வெண்மை, மாலைநேர இருளிலும் தெளிவாகத் தெரிகிறது. அதன்மேல் கைகள் விரிந்தபடி கிறிஸ்து தேவன் மலைமீதான என் பயணத்தைப் பார்த்துக் கொண்டிருக்கிறார்.

ராஜாவே, உன் மலைமீது என்னதான் நடக்கிறது? என்ன சோதனை இது? உன் சிலுவையின் வழியே இந்தக் கிழவன் எதைக் கண்டடையப் போகிறேன்?

அன்புள்ள பிலாத்துவுக்கு...

போந்தியஸ் பிலாத்து கடிதம் எழுதுகிறார்

பிரபஞ்சத்தின் தந்தையாகிய ஜூபிடரின் அருளினால், தன்னுடைய குடிமக்களால் நேசிக்கப்படுபவரும், வெற்றி கொள்ளப்பட முடியாதவருமாகிய ரோமானிய சக்கரவர்த்தியான டைபீரியஸ் கிளாடியஸ், நீரோவின் கருணையினால், தீவினையற்ற ரோம சாம்ராஜ்யத்தின் பிரதிநிதியும், யூதேயா பிராந்தியத்தின் முழுமைக்கும் ஆளுநருமாகிய போந்தியஸ் பிலாத்துவின் கையெழுத்து மற்றும் முத்திரையோடு.

மேலே உள்ள விநோதமான, அற்புதமான பட்டங்களினாலோ, என்னுடைய முத்திரையில் பளிச்சிடும் வண்ணங்களினாலோ வியப்படைந்து விடாதே! அப்படி சுலபமாக வியப்படைந்துவிடும் வகையைச் சேர்ந்தவனல்ல நீ என்பதை நான் அறிவேன். இறுதியாக நீ எனக்குக் கடிதம் எழுதுவதாக முடிவு செய்தபோது, நிச்சயமாக என்னுடைய சூழ்நிலையைத் தெரிந்து கொண்டிருப்பாய். இன்று நான் இருக்கும் இடத்துக்கு சக்கரவர்த்தியின் வல்லமையும், ஜூபிடரின் தெய்வீக சக்தியுமே என்னை அழைத்து வந்திருக்கின்றன என்று சொல்வது, போதுமானதான இருக்கும். பார்! நான் ஜூபிடரின் பெயரை உச்சரித்து ஜெபம் செய்யக் கற்றுக்கொண்டுவிட்டேன்!

கடந்த நூற்றாண்டின் இறுதி கால் பகுதியில் இரண்டு சக்ரவர்த்திகளுக்கும் சேவை செய்தபடி, நான் உலகைச் சுற்றி வந்தபோது, அடிக்கடி, நீ எங்கே இருக்கிறாயோ, என்ன செய்து கொண்டிருக்கிறாயோ என்று நான் யோசிப்பது உண்டு.

ஆனால், ரோமானிய சாம்ராஜ்யத்தில் உள்ள புலன் விசாரணை ஆற்றல்கள் அவ்வளவையும் பயன்படுத்திய பிறகும் நீ முழுகிய இடத்திலிருந்த ஒரு நீர்க்குமிழியைக் கூட என்னால் கண்டுபிடிக்க முடியவில்லை.

பிறகு திடீரென்று, ஜூபிடரின் மின்னல் ஒளியைப் போல உன்னுடைய கடிதம் வந்து சேர்கிறது. அது என்னை மிகவும் மகிழ்ச்சியடையச் செய்தது. அந்தோனியஸ், நான் தனிமையாகவும், துயரமாகவும் வாழ்க்கை இருண்டு வருவதாகவும் உணரத் தொடங்கியபோது, என்னுடைய நற்காலத்தின் நெருங்கிய நண்பனான நீ என்னை நினைவுகூர முடிவு செய்தாய். நன்றி நண்பா. நான் உணர்ச்சிகளை வெளியில் காட்டிக் கொண்டிருப்பவனல்ல என்பதை நீ அறிவாய். நல்லது, உன்னிடம் சொல்ல, இத்தனை வருடங்களுக்குப் பிறகும் என்னிடம் ஏராளமான செய்திகள் உள்ளன.

இன்று ஓய்வு நாள். ஆகவே என்னுடைய செயலாளராக இருக்கும் யூதப் பெண் விடுமுறையில் இருக்கிறாள். நான் செயலாளர் என்று சொன்னதைக் கேட்டதும் நீ புன்னகை செய்கிறாயா? இல்லை. நீ நினைப்பது போல் இல்லை. அவள் அழகி என்பது உண்மை. அவளுக்கு லத்தீன், கிரேக்கம், மற்றும் ஹீப்ரு மொழிகள் தெரியும். நான் அவளை என்னுடைய மகளைப் போல நேசிக்கிறேன். அத்தகைய உறவுகளும் வாழ்க்கையின் ஒரு பகுதி அல்லவா? ரூத்... எவ்வளவு அழகான பெயர்... இல்லையா? ஏன் ரோமானியப் பெண்கள் இத்தகைய கிளர்ச்சியூட்டும் பெயர்களை வைத்துக் கொள்வதில்லை? ரூத் என் மனைவி ஜூலியாவின் உதவியாளர்களில் ஒருத்தியின் மகள். அவள் இல்லையென்பதால் நானே சில விஷயங்களை எழுதுகிறேன். எப்படியும், உனக்கு எழுதும்போது நான் என் கைப்படவே எழுதமாட்டேனா என்ன? அழகான கையெழுத்துக்காக நாம்

பள்ளியில் பிரம்படி வாங்கிய காலங்கள் உனக்கு நினைவிருக்கிறதா?

அந்தோனியஸ், நாம் என்றைக்குப் பிரிந்தோம் என்பது உனக்கு நினைவில் இருக்கிறதா? இருபத்தைந்து வருடங்களுக்கு முன்பு! கொலீசியாவின் தெற்கே இருந்த கனவைப் போன்ற அந்த விபச்சார விடுதியின் படிகளில் தள்ளாடியபடி நாம் நடந்து, வெளியேறி, புழுதியும் ரத்தமும் படிந்திருந்த நமது உடல்களைப் புரட்டியபடி இருளில் நடந்தோம். அது எப்பேர்ப்பட்ட நாள்! நீ துருக்கிய அழகிகளிடமும், மாசிடோனியப் பையன்களிடமும் களைப்படைந்து போனபோது, அரவாணிகள் வேண்டுமென்று கேட்டாய். அவர்கள் எகிப்திய அரவாணிகளைக் கொண்டு வந்தார்கள். ஆனால், அவர்களின் மீது நல்ல வாசனை வீசவில்லை. எனவே, நாம் தட்டுமுட்டுச் சாமான்களையும், பீங்கான் கிண்ணங்களையும் எடுத்து எறிந்தோம். அவர்கள் அரேபியர்களையே கொண்டு வரவேண்டுமென்று வற்புறுத்தினோம். பாட்டில்களை உடைத்து, மேசைகளைக் குப்புறக் கவிழ்த்துப் போட்டோம். விபசார விடுதியின் தலைவிக்கு எதிராக நமது வாட்களை உருவினோம். என்னைச் சுட்டிக்காட்டி ‘இங்கே நிற்பது ரோமானிய சேனையின் துணைத் தளவாய்! ஜாக்கிரதை!’ என்று நீ சத்தம் போட்டாய். ‘மணமூட்டப்பட்ட அரேபிய அரவாணிகளைத் தவிர வேறு யாராலும் நாங்கள் திருப்தியடைய மாட்டோம். அவர்களை எங்கே ஒளித்து வைத்துவிட்டாய்? எந்த செனட்டரை மகிழ்விப்பதற்காக ஒளித்து வைத்துவிட்டாய்?’ என்றாய். நான் உன் பின்னால் நின்றபடி, பலவீனமாக என் கத்தியை எடுத்துக் காட்டினேன். ஆனால், அது என் கையிலிருந்து நழுவி கீழே தரையில் விழுந்தது.

வயதில் இளையவளான விபசார விடுதித் தலைவி, ரோமுக்கு வருவதற்கு முன்னாலேயே கூட, அவள் பிறந்த கார்சிக மலைகளின் கடினத் தன்மையை முழுவதுமாக

உள்வாங்கிக் கொண்டிருந்தாள். அவள் தன்னுடைய நீண்ட நகங்களோடான ஆள்காட்டி விரலால் என்னுடைய மார்பிலும், உன்னுடைய மார்பிலும் தட்டியபடி, “நாய்களே! மகிமை பொருந்திய ரோமானியச் சக்ரவர்த்தியே நான் அனுப்பும் பெண்களினால் திருப்தியடைந்து விடுகிறார். அவர் எப்போதும் புகார் செய்ததில்லை. இப்போது அவருடைய துணைத் தளவாயும், அவருடைய.... கைத்தடியும் பேசாமல் பணத்தைக் கீழே வைத்துவிட்டு வெளியே போங்கள்! கேடு கெட்டவர்களே!” என்று சொன்னாள். அவள் தன்னுடைய கறுப்பு ஆடையை உயர்த்தி, அவளுடைய வெளுத்த, பருத்த தொடைகளைக் கிண்டலாக நமக்குக் காட்டினாள்.

அவள் மீண்டும் கைகளை ஓங்கித் தட்டியதைக் கேட்டது மட்டும்தான் எனக்கு நினைவில் இருக்கிறது. என்னுடைய அடுத்த நினைவு கார்சிக குண்டர்கள் நம் முகத்தில் துப்பியதும்... நாம் படிக்கட்டுகளில் கைகளையும், கால்களையும் அகல விரித்துப் போட்டபடி விழுந்து கிடந்தோம். நம் இருவரின் பணப் பைகளும் காணாமல் போய்விட்டிருந்தன. நீ டைபர் நதிக் கரையிலிருந்த உனது வீட்டின் நூலகத்தில் இருந்த வாடையடிக்கும், குளிர்ந்த உன்னுடைய படுக்கைக்குத் தள்ளாடிபடி போய்ச் சேர்ந்திருப்பாய். உன்னிடம் பணப்பை இல்லாததனால், இத்தகைய நிழலான வேறு எந்த இடத்துக்கும் உன்னால் மறுபடியும் போயிருந்திருக்க முடியாது. நீ நிச்சயமாக அலுப்பூட்டும் அந்தப் பழைய பாடல்களைப் பாடியபடியே போயிருப்பாய். நான் எப்படியோ சமாளித்துக் கொண்டு, என் நிலையைக் காவலர்கள் அறியாதபடி என்னுடைய கூடாரத்துக்குப் போய்ச் சேர்ந்தேன்.

கிரீடைகளின், உதைகளின், சாராயத்தின் கலக்கத்தை மாற்ற, காலையில் நான் எனக்கான மஸாஜை செய்வித்துக் கொண்டிருந்தபோது, தூதுவன் வந்தான். என்னுடைய தலை

இன்னமும் சுற்றிக் கொண்டிருந்தது. நான் சக்கரவர்த்தியின் ஆணையைப் படித்தேன். 'உடனே, இன்று பிரிட்டனுக்குப் படைகளை நடத்திச் செல்லவும்' அன்றைய தினம் நான் ரோமிலிருந்து என்னை வேரோடு அகற்றிக் கொண்டுவிட்டேன், அந்தோனியஸ், அதிலிருந்து அகஸ்டஸ் டைபீரியஸ் என்னைச் சுழற்றியடித்த ஊர்கள்! கார்த்தேஜ், கார்டோபா, ஸ்மிர்னா, ஆர்மீனியா, டமாஸ்கஸ், அலெக்ஸாண்டிரியா! இப்போது இந்த வறட்சி மிகுந்த யூதர்களின் நாட்டில் இது என்னுடைய ஏழாவது வருடம்.

அந்தோனியஸ்! நான் இப்போது சொல்லப் போவதைக் கேட்டு நீ பொறாமைப் படக்கூடாது. பல நாடுகளைச் சேர்ந்த தேன் நிரம்பிய உதடுகளை நான் முத்தமிட்டதை நினைத்துப்பார்! என்னுடைய நரம்புகளை மீட்டிய அற்புதமான மதுவகைகளின் வரிசைகள்! நான் கண்ட ரத்த ஆறு ஓடும் போர்க்களங்கள். என்னுடைய எழுதுகோல் கிறுக்கிய மரண தண்டனைகள்! நான் வினோதமான காற்றை சுவாசித்திருக்கிறேன். மனதைச் சுண்டியிழுக்கும் மலர்களையும், மரங்களையும் அறிந்திருக்கிறேன். விலையுயர்ந்த நாய்களையும், அதியற்புதமான பறவைகளையும் செல்லப் பிராணிகளாக வைத்திருந்திருக்கிறேன்.

ஆனால், அந்தோனியஸ் என்னைக் கேட்டால், என் வாழ்க்கையைத் திரும்பிப் பார்த்தால், நான் திருப்தியடைந்திருக்கிறேனா என்று கேட்டால், பதில் ஏதும் இல்லை. நான் சக்கரவர்த்திக்காக, என்னுடைய கடமைகளைச் சக்ரவர்த்தியின் ஆணையின் பேரில் நிறைவேற்றினேன். அதனுடன் சேர்ந்து வந்த எல்லா சுகங்களையும் அனுபவித்தேன். அவ்வளவுதான் ஜூபிடர் கடவுள் எனக்கு விதித்த வாழ்க்கை இதுதான் (நண்பா, நான் அப்படிச் சொல்லாமல் இருந்துவிடமாட்டேன், நான் கடவுளைப் பற்றி சிந்திக்கத் தொடங்கி விட்டேன் என்பது தெளிவாகத்

தெரிகிறது) அது சரியா, தவறா என்று முடிவெடுக்க நான் யார்?

என்னுடைய இந்த அலைச்சல்களுக்கும், வாழ்க்கை ஏணியின் ஏற்றங்களுக்கும் இடையில் ஒருமுறை உன்னைப் பற்றி விசாரித்தபோது தான், நீ உன்னுடைய மாளிகையையும் கீழ்த்தளத்தில் இருந்த பாரசீகக் கம்பளக் கடையையும் விற்றுவிட்டு, உன்னுடைய புத்தகச் சேமிப்புகளை மார்க்ஸ் லாங்ஜினஸ் பள்ளிக்குக் கொடுத்துவிட்டுக் காணாமல் போய்விட்டாய் என்பதைத் தெரிந்து கொண்டேன். பிறகு நான் வீரசாகசச் செயல்களைப் பற்றிய உன்னுடைய கனவுகளை நினைவு கூர்ந்தேன். நீ இந்துஸ்தானுக்காவது, சீனாவுக்காவது உன்னுடைய கடற்பயணத்தைத் தொடங்கியிருப்பாய் என்று எண்ணினேன்.

அந்தோனியஸ் நீ மட்டும் என்னுடைய வார்த்தைகளுக்குக் கொஞ்சம் செவி சாய்த்திருந்தால் இவையெல்லாம் தேவைப்பட்டிருக்காது. ஒரு மனிதன், அவனுடைய வாழ்க்கையில் ஒரு குறிப்பிட்ட பருவத்தில் திருமணம் செய்து கொள்ள வேண்டும் என்று நான் எப்பொழுதும் உன்னிடம் சொல்லவில்லையா? ரோம் நகரத்தில் உனக்குப் பொருத்தமான அளவுக்கு செல்வம் உள்ளவளாகவோ, அழகு உள்ளவளாகவோ ஒரு பெண்ணும் இல்லையென்பதனாலா நீ தனிமையில், அந்தத் தூசு படிந்த புத்தகங்களுக்கு நடுவே ஒரு புழுவைப் போல வாழ்ந்தாய்? ஒரு நல்ல பெண்மணி, உன்னுடைய முடிவற்ற காமத்தையும் தீவிரமான விருப்பங்களையும் வசியப்படுத்தி, மிருதுவாக்கி ஒளிரும் தீபமாக்கியிருப்பாள். அதற்குப் பதிலாக நீ முதிய அரவாணிகளையும், உன்னுடைய தசைகளைத் உலர்ந்த உதடுகளால் முத்தமிட்ட அழகிய ஆர்மீனியச் சிறுவர்களையும், உனக்குக் கொடூரமான திருப்தியைக் கொடுத்த ரோமானிய விபசாரிகளையும் தேர்தெடுத்தாய் விதி, அந்தோனியஸ், விதி!

70 யேசு கதைகள்

ஆனால், நான் என்னுடைய இந்த நாடு கடத்தப்பட்ட நிலையிலும், சௌகரியத்தின் ஊற்றாகத் திகழ்ந்த பொருத்தமான ஒரு ரோமானியப் பெண்ணை எனக்கு மனைவியாகத் தேர்ந்தெடுத்தேன். ஜூலியா, லாங்ஜினஸ் பள்ளியின் மாணவி. உன்னைப் போல அவளும் புத்தகங்களைச் சேகரிக்கிறாள். உன்னைப் போலவே அவளுடைய எண்ணங்களும் பயங்கரமாக அங்குமிங்கும் அலைந்து கொண்டிருக்கின்றன. ஏன் பிறந்தோம்? எதற்காக உறவுகளை வைத்துக் கொண்ருக்கிறோம்? மரணத்துக்குப் பிறகு என்ன நடக்கிறது? உண்மை என்பது என்ன? உண்மை ஒன்றே ஒன்றுதானா? இப்படிப் போகின்றன அவளுடைய சிந்தனைகள்.

இப்போது நான் ஜூலியாவை அவள் இஷ்டப்படி இருக்கும்படி விட்டுவிட்டேன். அவளும் என்னை அப்படியே விட்டுவிட்டாள். ஆண்டவனுக்கு நன்றி! வேறு எதுவும் இல்லாவிட்டாலும், இத்தனை ஆண்டுகளாக நான் விடும் குறட்டையை அவள் தாங்கிக் கொண்டிருந்திருக்கிறாள். அது போதாதா?

அந்தோனியஸ், இதன் பொருள் நான் மதிப்பிற்குரிய துறவு நிலையில் வாழ்ந்து கொண்டிருக்கிறேன் என்பது அல்ல. ஒரு ரோமானிய கவர்னர் செய்யச் கூடாதது என்று ஏதாவது இருக்கிறதா என்பதை எனக்குச் சொல். என்னுடைய விருப்பங்களுக்கு எல்லை இருக்கிறதா? மது, மாது, உணவு,மென்மையான படுக்கைகள், விரைந்து செல்லும் குதிரைகள், பறவைகள் மற்றும் விலங்குகளின் சங்கமம் ஆகியவற்றை நான் நேசிக்கிறேன். நான் வேறு என்ன செய்ய முடியும்? இவையெல்லாம் வரலாறு என்ற தூண்டில் போட்டிருக்கும் இரைகள்தான். அவற்றை ஒவ்வொன்றாக விழுங்கும் தினம் வரும். அந்த வரலாற்றின் தூண்டில் என்னைத் தரையில் இழுத்துப் போடும்! கொஞ்ச நேரத் துடிப்பிற்கு பிறகு எல்லாம் ஓய்ந்துவிடும். வரலாற்றுக்கு

என்னால் எந்தப் பயனும் இருக்காது. மறுபடியும் அந்தத் தூண்டில் வேறொன்றைப் பிடிப்பதற்காகக் கீழே போகும். இப்படியாக அது தொடர்ந்து போய்க்கொண்டே இருக்கிறது.

நம்முடைய கடந்த காலங்களும் ரோமாபுரியும்கூட என்னிலிருந்து அகன்று கொண்டிருக்கின்றன. ஆனால் ரோமன் மதுவின் ருசி மட்டுமே என்னுள் தங்கியிருக்கிறது. என் பயணங்களெங்கும் அதன் ருசியை விஞ்சிய ஒன்றையும் நான் காணவில்லை. இந்த யூதர்களின் வீணாய்ப் போன மதுவகைகள் உதட்டைத் தொடக்கூடத் தகுதியற்றவை.

ஆனால் யூதப் பெண்கள்... ஆஹா... அந்தோனியஸ்... நம் ரோமாபுரிப் பெண்கள் வேறு ஏதாவது வேலைக்குப் போகலாம். அவர்கள் எட்னா எரிமலை போன்றவர்கள். புகைந்து கொண்டேயிருப்பார்கள். வெடிப்பது அபூர்வம்தான். ஆனால் இந்த யூதப்பெண்கள் படுக்கையில் பத்து எட்னா எரிமலை வெடிப்பை ஒத்திருப்பார்கள். அவர்களின் அடக்க ஒடுக்கமும் பிரார்த்தனையும் விரதமும் மூடுபனியாக இருக்கும். நாம் அதன் ஊடாகச் சென்று எப்படியாவது அவர்களைப் படுக்கையின் நான்கு எல்லைகளுக்குள் சிறைப்படுத்திவிட்டால், அப்புறம் பார்க்க வேண்டுமே அவர்களின் எதிர்வினையை! அப்படியொரு நெருக்கம்! ரோமாபுரிப் பெண்களின் கொழுத்த உடல்வாகு போன்றதல்ல, யூதப் பெண்களின் உடல்வாகு! அப்படியொரு உடற்கட்டு! அப்படியொரு அனுசரணை!

ஏழு வருஷமா இவங்களோடு தானே நான் இருக்கேன். இந்த யூத ஆண்கள் முழுக்க முழுக்க உபயோக மற்றவர்களோ என்பது என்னுடைய சந்தேகம். நம்முடைய இளமைக் காலத்தில் இங்கு வந்திருந்து ஒரு கலக்கு கலக்கியிருக்கலாம். ஆனால், இப்போது அதைப் பற்றிச் சிந்திப்பதில் என்ன நன்மை? அதுதான் வாழ்க்கை. ஒன்றிருந்தால் ஒன்றிருக்காது. மது ஒரு இடத்தில் மோசமாக இருக்கிறது. பெண்கள் நன்றாக

இருக்கிறார்கள். இன்னொரு இடத்தில் மது நன்றாக இருக்கிறது, பெண்கள் திருப்திகரமானவர்களாக இருப்பதில்லை. மது, பெண்கள், மீன், பழங்கள் எல்லாம் நன்றாக இருக்கிற சில இடங்கள் இருக்கின்றன. ஆனால் நாம் அங்கு இருக்க முடிவதில்லை.

அந்தோனியஸ்! இந்தக் கடிதம் கிடைத்ததும் நீயாக இங்கே வந்து சேர்ந்தால் நான் உனக்கு இவை எல்லாவற்றின் ருசியையும் அறியச் செய்வேன். ஆனால் உன் கடிதத்தைப் பார்க்கும்போது உன்னுடைய விஷயங்கள் எல்லாம் ஒரே குளறுபடியாக இருப்பதாகத் தெரிகிறது.

ரோம் நகரத்தின் எல்லையில் நீ நடத்திக் கொண்டிருப்பதாகச் சொல்லும் ளிஅடைக்கல இல்லம்ஹ எத்தகையது? ரோமானிய சாம்ராஜ்யத்தையும், உலகத்தையும் நல்வழிப்படுத்தப் போகிறாயா? கொஞ்சம் வேசிகளை மனமாற்றம் செய்வதாலும், நிராதரவான கர்ப்பிணிகளுக்கு ஆதரவளித்து அவர்கள் பெற்ற குழந்தைகளை வளர்க்கும் பொறுப்பை ஏற்றுக் கொள்வதாலும், மரணமடையக் காத்திருக்கும் குதிரைகள் மேய இடமளிப்பதாலும், முன்பு ஒரு ரூபாய் கொடுத்து நாம் சேவை செய்யச் சொன்ன தெருப் பொறுக்கிகளுக்கு முந்திரித் தோட்டத்தில் வேலைக் கொடுத்ததாலும் நீ எதை அடைய நினைக்கிறாய்? அதற்குப் பதிலாக நீ போய் அந்தச் சக்ரவர்த்தியையும், செனட்டர்களையும் திருத்தப் பார்!

ஐம்பது அல்லது ஐநூறு பேர்களைக் காப்பதால் உன்னால், ரோமானிய சாம்ராஜ்யத்தைக் காப்பாற்றிவிட முடியுமா? அது சக்ரவர்த்திகளின் பொறுப்பு அல்லவா? அதிகாரமும், ஆற்றலும், சேனையும், வரி வசூலிக்கும் பொறுப்பும் உள்ளவர்கள் அவர்களே அல்லவா? அவர்கள் சாலைகளை அமைக்கும் போதும், கொலீசியம்களைக் கட்டும்போதும், கோயில்களை உருவாக்கும் போதும், கிணறுகளைத்

தோண்டும் போதும், நாடகங்களை அரங்கேற்றும் போதும் வரலாறு உருவாக்கப்படுகிறது. போர்கள் ஏற்படும்போதும், வெற்றிகள் அடையும் போதும், அதில் தற்காலிக மகிழ்வு ஏற்படுகிறது. இவற்றில் விடிவுக்கு என்ன இடம் இருக்கிறது? யார் யாரைக் காப்பாற்றுவது? இதில் உன்னுடைய இடம் எது? உன்னால் ஒன்றும் முடியாது. ஆனால் நான் ஒரு கருவியாக பயன்பட்டு இருக்கிறேன். ஆனால் அந்தக் கதையை நான் உனக்கு இன்னும் சொல்லவில்லை.

ஆனால் அதுதான் உண்மை. அதுதான் வரலாறு. சிப்பாய்களும், வேசிகளும், தெருப் பொறுக்கிகளும், மரணத் தறுவாயில் உள்ள மிருகங்களும் எப்போதும் இருப்பார்கள். மறுபுறம் சக்ரவர்த்திகளும், பிரபுக்களும், செனட்டர்களும், உன்னைப் போன்ற புத்தகப் புழுக்களும் இருப்பார்கள். சூரியன் உதிக்கிறது, இரவாகிறது, குளிர், வெயில், பால்யம், இளமை, முதுமை, மரணம். மழை பெய்கிறது அல்லது பெய்யாமலிருக்கிறது. சில ஆலீவ் பழங்கள் ருசிப்பதில்லை. சில ருசிக்கின்றன. சில கிணறுகள் வற்றுவதேயில்லை. சில இளவேனிலிலும் வற்றுகிறது.

வரலாறு யாரிடமும் கருணை காட்டுவதில்லை. அதன் ஒரு பாகமாக வரும் ரட்சகர்களையும் நம்ப வேண்டாம். ஏனெனில் அவர்களும் சரித்திரத்தின் தூண்டிலில் சிக்கிக் கொண்டவர்கள்தான். என்னை அழிப்பது பெண்கள்தான் என்றால், அவர்களை வீழ்த்துவது பெண்களைவிட மோசமான விதத்தில் நம்மைச் சுண்டியிருக்கும் சில கொள்கைகள்தான். பிறகு ஒருநாள் ஒரேயொரு இழுப்பு. சட்டென வால் துடிக்க, வாய் பிளக்க, செதில்கள் படபடக்க, எல்லாம் முடிந்துவிடும்!

அந்தோனியஸ், என் ப்ரிய நண்பனே! எனவே நீ இதையெல்லாம் உதறிவிட்டு, திரும்பி வந்து ஒரு நல்ல பெண்ணைக் கண்டுபிடித்து (அதை நான் பார்த்துக் கொள்கிறேன். ஹா...! ஹா...! ஹா...!) டைபர்

நதிக்கரையிலோ, ஆப்பியன் பாதையின் அமைதியான சூழலிலோ ஒரு நல்ல வீடுகட்டி, வேண்டுமெனில் நிறைய புத்தங்களும் வாங்கிக் குவித்து, மிச்ச காலத்தை சுகமாக வாழத் துவங்குவதுதான் நல்லது.

குழந்தைகளும் வேண்டும். குழந்தைகள் இல்லாமல் இருப்பது ஒரு குறையே. மனைவியும் பணியாட்களுமாகக் குழந்தைகளை வளர்த்துக் கொள்வார்கள். அந்தத் தலைவலி உனக்கு வேண்டாம். அவர்களை எப்போதாவது ஒருமுறை பார்த்துக் கொண்டாலே போதும். ஆனால் குழந்தைகள் இல்லாவிட்டால் நமது மரணத்தின்போது, நாம் உருப்படியாக எதையும் விட்டுச் செல்லவில்லை என்ற எண்ணம் நமக்குத் தோன்றும்.

குழந்தைகள் லாட்டரி சீட்டுகளைப் போலத்தான் அந்தோனியஸ், வீர புருஷர்களும், புகழ் பெற்றவர்களும் தான் பிள்ளைகளாகப் பிறக்கிறார்கள் என்று வைத்துக்கொள். அவர்கள் ஸ்தாபிக்கும் ஒரு மகா பெரிய சாம்ராஜ்யத்தில், ஒரு பெரிய மாளிகையின் வராந்தாவின் சூரிய ஒளியில் அமைதியாக உட்கார்ந்திருப்பதைச் சற்று யோசித்துப் பார். அது பெரியதொரு ஆனந்தமல்லவா? ஆனால் அதிகாரமும், சக்தியும், செல்வாக்குமுள்ள ஒருவனாக நாமிருந்தால், அவர்கள் நம்முடன் கோபித்துக் கொள்வார்கள், சண்டையிடுவார்கள். தங்களுக்கான உரிமைகளை வாள்முனையில் கோருவார்கள். அவர்கள் நம்மைக் கொல்லலாம். அல்லது நாம் அவர்களைக் கொல்லவும் கூடும். சிலவேளைகளில் இரண்டு வாரங்கள் முன்பு நான் காப்பாற்ற முயன்ற ஒரு வாலிபனைப் போல, வரலாறு அவர்களைக் கொல்லும். ஆனால் பரவாயில்லை.

வரலாறு இப்படிப்பட்டதுதான் நண்பா. அதனுள்ளே ஜீபிடர் பலமாக உள்ளே நுழைந்து வருகிறார் என்றால் அவரை நான் வாழ்த்துகிறேன் (நான் எவ்வளவு தத்துவார்த்தமாக

பேசுகிறேன் பார்த்தாயா!) இதிலிருந்தெல்லாம் எப்படி விடுதலையடைவது அந்தோனியஸ்? ரட்சகனாக முயற்சிப்பதில் என்ன பயன்?

நீ நடத்தும் அனாதை இல்லத்தை நான் ஒதுக்கித் தள்ளுகிறேன் என்று நினைத்துக் கொள்ளாதே. நிஜமாகவே சொல்கிறேன். உன் கடிதம் இரண்டு வாரங்களுக்கு முன்பே வந்திருந்தால், யேசு என்ற பெயருடைய அந்த இளைஞனை நான் ஏதாவது குறுக்கு வழியிலாவது அந்தத் திருட்டு யூதப் பொறுக்கிகளிடமிருந்து காப்பாற்றி உன்னுடைய அனாதை இல்லத்துக்கு அனுப்பியிருப்பேன். உன்னுடைய விசித்திரமான கொள்கைகளுடன் ஒத்துப் போகும்படியான ஒருவன்தான் அவன். ஒருவேளை உன்னுடைய பழைய வாழ்க்கை முறையோடும் ஒத்துப் போயிருப்பான். காரணம் அவனுக்காகக் கண்ணீர் சிந்தியபடி அழகிகளான யூதப் பெண்கள் காத்திருந்தனர். (எனக்கு தெரிந்த ஓரிருவரும் அதில் இருந்தனர்)

ஆகவே, நான் உன்னை அதைரியப்படுத்தவில்லை என்பதைப் புரிந்துகொள். ரோமானிய வேசிகளிடமும், குதிரைகளிடமும் என்னையும் உன்னையும் தவிர வேறு யார் வரலாற்று ரீதியான கடமையுணர்வைக் காட்டுவார்கள்! ஒருவேளை என்னால் காப்பாற்ற முடியாமல் போன யேசு என்ற அந்த வாலிபன், மக்களைக் காப்பாற்றுகின்ற உன்னுடைய முயற்சியில் பங்கேற்றிருப்பான். நீங்கள் இருவருமாக ரோமானிய சாம்ராஜ்யத்தையோ அல்லது உலகம் முழுவதையுமோ கூடக் காப்பாற்றி இருப்பீர்கள். (எதிலிருந்து? யாரிடமிருந்து? எனக்குத் தெரியவில்லை) அதற்கு உதவியாயிருந்த நான் மரணமடைந்து மேலுலகம் செல்லும்போது ஜீபிடரின் வலது புறத்தில் ஒரு தங்க சிம்மாசனமும் எல்லா ஆனந்தங்களும் எனக்குக் கிடைத்திருக்கும்.

எவ்வளவு அருமையான கனவுகள் அந்தோனியஸ்! எனக்கு ஒரேயொரு கேள்விதான் இருக்கிறது, தன்னைத் தானே காத்துக் கொள்ள முடியாதவர் ஒரு மீட்பரா? ஒரு கதாநாயகனாகவும், உலகம் முழுவதையும் காப்பாற்றுபவனாகவும் அறியப்பட்ட ஜீலியஸ் சீசரை ஒரேயொரு கத்திக் குத்தல்லவா வீழ்த்தியது?

மீட்பர் ஆவதெனில் ஒரு சில தகுதிகள் வேண்டுமல்லவா? ஒரு சில நொடிகளுக்குள் இந்த ரோமாபுரி மட்டுமல்ல, இந்த முழு உலகின் வேதனைகளையும் அகற்றி, ஆனந்தமயமாக்கும் திட்டங்கள் வேண்டும். அதற்காக அவன் அரசியல் பலமோ, படைபலமோ, மந்திர சக்தியோ எதை வேண்டுமானாலும் பின்புலமாகப் பயன்படுத்திக் கொள்ளலாம்.

ஒரு கணம் மீட்பனாகவும், மறுகணம் மீட்கப் படுபவனாகவும் அவன் இருக்க முடியாது. அது, அவன் தன்னையும் தன்னைச் சூழந்த கூட்டத்தையும் ஏமாற்றுவதாக ஆகிவிடுமே.

யேசு என்ற அந்த வித்தைக்காரனை நான் விசாரணை செய்யும்போது நீயும் அங்கே இருந்திருக்கலாம். அவன் சொன்ன தொடர்பற்ற செய்திகளை ஒருவேளை நீ புரிந்து கொண்டிருக்கலாம். என்னால் எதையும் புரிந்து கொள்ள முடியவில்லை என்பதுதான் நிஜம். நீ அங்கே இருந்திருந்தால் ஒருவேளை அந்தப் பரிதாபத்துக்கு உரியவனைக் காப்பாற்ற ஏதாவது வழி சொல்லியிருப்பாய் என்று எனக்குத் தோன்றுகிறது.

நான் எண்ணற்ற ஆண்கள், பெண்கள், குழந்தைகளுக்கு மரண தண்டனை விதித்திருக்கிறேன் என்பது உனக்குத் தெரியும். எனக்கு அதைக் குறித்து எந்தக் கவலையுமில்லை. எதற்காக நான் துக்கப்பட வேண்டும்? என் சக்ரவர்த்திக்காகவும், சாம்ராஜ்யத்துக்காகவும் அவற்றைச் செய்தேன். அவ்வளவுதான். ஆனால் அந்த வாலிபனை அயோக்கிய புரோகிதர்களிடம் அடிக்கவும் கொல்லவுமாக ஒப்புக்

கொடுத்தபோது எனக்குள்ளே ஒரு வேதனை பரவியது. அப்படி விட்டுக் கொடுக்கப்பட வேண்டிய ஆளல்ல அவன் என்று என்னிடம் ஏதோ ஒன்று சொல்லிக் கொண்டிருந்தது.

ஆனால் அவனை அவர்களோடு அனுப்பவேண்டிய சூழலையும் அவனே உருவாக்கினான். காரணம், அவன் மனம் வேறெங்கோ லயித்திருந்தது. ஒரு மனிதனென்றால் சிறிதளவேனும் நடைமுறை அறிவு இருக்க வேண்டுமல்லவா? குறிப்பாக ஆபத்துச் சூழலில்! அந்தோனியஸ், நான் என் வாழ்க்கையில் முதல்முதலாக காப்பாற்ற நினைத்த ஒருவன் அவனாகத்தான் இருப்பான். ஆனால் அவனும் அதைப் புரிந்துகொள்ள வேண்டுமே. ரோமானிய சாம்ராஜ்யத்தின் ஒரு நீதிபதியால் எவ்வளவுதான் கீழறங்கி வர முடியும்?

உண்மை என்னவென்றால் எனக்கு அவனிடம் ஒரு நெருக்கம் உண்டாகியிருந்தது. இரக்கமல்ல. அவன் இரக்கத்தை யாசிப்பவனாகவும் எனக்குத் தோன்றவில்லை. என்னால் அடையாளம் காணப்படக் கூடிய, நெருங்கக் கூடிய ஏதோ ஒன்று அவனுள்ளிருந்தது. அது அவனுடைய முகத்தின் எண்ணச் சுமைக்கும், இயலாமைக்கும் அப்பால் நிழலாகப் படர்ந்திருந்தது. ஒரு பிடிப்பற்ற மனோபாவம். மீனைப் போன்ற வழுக்கல் குணம். நாம் எவ்வளவுதான் கை நீட்டினாலும் அதற்கப்பால் நிற்பதான ஒரு பிடிவாதம்.

அதே வேளையில், அவன் நிற்றலில், பார்வையில், அசைவில் ஒருவிதமான பிரியமும் தென்பட்டது. அடிபட்டு நிற்கும் அந்நேரத்திலும் அத்தர் மரம் பூத்ததுபோல அவனிலிருந்து ஸ்நேகத்தின் சுகந்தம் வீசிக் கொண்டிருந்தது. அவன் திருடனுமல்ல, பொய்யனுமல்ல. ஏதோ கனவின் பின்னால் நடந்து செல்லும் பரிதாபத்துக்குரியவன் என்றும், அபாயத்தின் நடுவிலும் அவன் அந்தக் கனவின் பிடியில்தான் இருக்கிறான் என்பதையும் என்னால் உணர முடிந்தது. நான் ஏதோ ஒரு பழைய குண்டனை ஞாபகப் படுத்துகிறேன் என்று

நீ சொல்லப் போகிறாய். ஆனால் அது சரியல்ல அந்தோனியஸ், நிச்சயமாக இல்லை.

எப்போதாவது சந்தேகத்தின் பலனை எனக்கு தரவேண்டாமா? நன்மையைக் காணும்போது புரிந்து கொள்ளும் திறன்? நீ என்னைக் கேலி செய்தாலும் பரவாயில்லை, ஒரு பூனைக்குட்டியை அல்லது நாய்க்குட்டியைப் போல மார்போடு அணைத்துத் தடவிக் கொடுக்க வேண்டுமென்றும் இல்லையெனில் ஒரு பறவைக் குஞ்சைப் போல, உள்ளங்கைகளில் பொத்தி வைத்துக் கொள்ள வேண்டுமென்றும் எனக்குத் தோன்றியது. ஆனால், அப்படி பிரியம் காட்டும்போதும், அவனிடமிருந்து ஒரு கடியோ, குட்டோ கிடைக்குமென்றும் நான் அறிந்திருந்தேன். அந்தப் பிரியத்தின் பின்னால் அவன் ஏதோ இனம் புரியாத ஒன்றினை இறுகப் பற்றியிருந்தான்.

அந்தோனியஸ், அவன் ஒரு மந்திரவாதியென்று யாரோ என்னிடம் சொல்லியிருந்தார்கள். அப்படி ஒரு ரகசிய சக்திதான் அவன் பின்னால் மறைந்து நின்று அவனை மரணத்தினருகில் கொண்டு சேர்த்திருக்க வேண்டும். இதெல்லாம் யாருக்குத் தெரியும்? அது எப்படி இருந்தாலும் யூதர்களின் மீட்பர் என்று சொல்லித் திரிந்தவன் கடைசியில் ஒரு சிலுவையின் மீது பறித்தெறியப்பட்ட ஒரு கொடி போல ஒடுங்கி, மயங்கி நின்றபடி விடைபெற வேண்டியதாயிற்று. அவனும் காப்பாற்றப் படவில்லை. யூதர்களும் காப்பாற்றப்படவில்லை.

நீ உன்னுடைய காப்பகத்தை இதுபோன்ற அபாயகரமான நிலைமைக்கெல்லாம் கொண்டு சென்றுவிடக் கூடாது என்பதற்காகவே இதையெல்லாம் நான் உன்னிடம் சொல்கிறேன். இறந்துபோன பிறகு, மறுபரிசீலனை செய்வதில் என்ன பயன்? நீ நாளை சிலுவையில் அறையப்பட்டு, வேதனை தின்று இறுதி மூச்சு விடுவதால் யார் உனக்காகத் துக்கப்படப் போகிறார்கள்? கொஞ்சம் கெட்ட

பெயர் மட்டுமே சம்பாதித்திருப்பாய். ஒருவேளை இளைஞனாய் இருந்திருந்தால் குறைந்தபட்சம் மரணத்துக்குப் பிறகு சில அழகிகள் உன்னை வழிபடுவார்கள். சரிதானே?

ஒரு வேடிக்கையான செய்தியை உனக்குச் சொல்லவா? நான் அவனை விசாரித்துக் கொண்டிருந்தபோது, ஒரு பக்கமாக நின்று பார்த்துக் கொண்டிருந்த பெண்களை ஓரக்கண்ணால் பார்த்தேன். சும்மாதான்டா, நீதிபதிக்கும் சற்று அழகியல் உணர்வெல்லாம் இருக்கலாம் இல்லையா? அப்போது அதோ அங்கே என் இனிய காதலியும், மிகுந்த ரசனையுடையவர்களான யூதப் பெண்களின் மகாராணியுமான மக்தலேனா மரியம் கன்னங்களில் நீர் வழிய நிற்கிறாள்! என்னுடைய தோட்ட பங்களாவிற்கு அவளை மதிலேறி குதிக்கச் செய்து, மறைத்து அழைத்துச் சென்று பரமானந்தத்தின் உச்சத்தை அடையும்படியாக எத்தனை இரவுகளைக் கழித்திருக்கிறேன். மதில் தாண்டுவதுகூட ஒருவகையில் அவளுக்குக் கிளர்ச்சியூட்டுவதாகவே இருந்தது!

பல நாட்களாக நான் அவளைப் பார்க்கவுமில்லை. கேள்விப்படவுமில்லை. ஆனால் என் தேடுதல் தொடர்ந்து கொண்டேயிருந்தது. இதோ இப்போது இவள் பரிசுத்தமானவளாக, அழுது சிவந்த கண்களால் என்னையே பார்த்துக் கொண்டிருந்தாள். நான் ஆச்சர்யத்தால் நடுங்கிப் போனேன். நீதியின் இருக்கையில் இருந்தபடி நான் அவளை அறிந்து கொண்டதாகக் காட்டிக் கொள்ளாதது என் அதிர்ஷ்டம்தான். அவளுடைய கண்கள் நிசப்தமாக எதையோ என்னிடம் யாசித்துக் கொண்டிருந்ததை, நான் மறுபடியும் அவளைப் பார்த்தபோது தெரிந்து கொண்டேன்.

எனக்குப் புரிந்துவிட்டது. இந்தக் காலம் முழுவதும் அவளும் அந்த யேசுவின் பின்னால் நடந்து கொண்டே இருந்திருக்கிறாள்! இதோ இப்போது யேசுவின் ஜீவனுக்காக என்னிடம் யாசிக்கிறாள்! நான் எனக்குள் நினைத்துக்

கொண்டேன். டேய் யேசு! தோட்டத்துக் கலவியில் கரைகண்டவளை உன்னால் இழந்திருக்கிறேன். இந்தக் குற்றத்திற்காக மட்டுமே நான் உனக்கு மரண தண்டனை விதிக்கலாம். ஹா! ஹா! ஹா! ஆனால், நான் அப்படி செய்யமாட்டேன். ஏனெனில் நீ அடிப்படையில் யாருக்கும் தீங்கற்றவன். பரிதாபத்துக்குரியவன். இந்தப் பெண்கள் விளையாட்டாகத் தான் உன் பின்னால் சுற்றுகின்றனர். எனக்கு இதெல்லாம் புரிகிறது. நான் உன்னை மன்னித்துவிடுகிறேன்.

மிகச் சரியாக நான் இப்படி சிந்தித்துக் கொண்டிருக்கும்போது, ஜீலியாவின் வேலைக்காரி என்னிடம் தருவதற்காக ஒரு கடிதத்தோடு ஓடி வருகிறாள்! நீ நம்புவியா? (நீ நம்புவாய். கனவுகளையும் நவீன விஞ்ஞானத்தையும் நம்புபவனாயிற்றே) நீங்கள் இந்த நல்ல மனிதரை ஒன்றும் செய்து விடாதீர்கள். நேற்றிரவில் நான் அவரைக் கனவு கண்டேன் என்று ஜீலியா அந்தக் கடிதத்தில் எழுதியிருந்தாள். நான் அப்படியே அதிர்ந்து போய்விட்டேன். நான் சிந்தித்ததையே ஜீலியாவும் சொல்கிறாள். அதுவும் கனவின் வழியே உணர்ந்து சொல்கிறாள்.

நான் அவனை ஆச்சரியத்துடன் பார்த்தேன். ளிஆஹா! யேசு! யூதப் பெண்களை மட்டுமல்ல, கனவினூடே வந்து என் ரோமானிய மனைவியையும் சேர்த்துதான் வசீகரித்திருக்கிறாய் இல்லையா?ஸ யேசு என் முகத்தையே பார்த்தபடி நின்றிருந்தான். திடீரென ஏதோ ஞாபகம் வந்ததுபோல, ஒரு மின்னலென அவன், மரியமும் மற்றவர்களும் நிற்கும் பக்கத்தில் தலையைத் திருப்பினான். நானும் உடனே மரியத்தின் பக்கம் திரும்பினேன். அவளுடைய கண்கள் விரிவதையும், கண்ணீரால் நனைந்திருந்த அவள் முகம் மின்னல் ஒளி பாய்ந்து பளபளத்துச் சிவந்ததையும் நான் கண்டேன்.

எனக்குள் பொறாமை பொங்கியது. நான் எவ்வளவு வெள்ளிக் காசுகள் அவள் மீது வாரியிறைத்திருக்கிறேன்

தெரியுமா? எத்தனை இனிய வார்த்தைகளால் கொஞ்சியிருக்கிறேன். ஆனால், ஒருமுறைகூட அவள் என்னை இப்படிப் பார்த்ததில்லை. அவள் முகத்தில் இவ்வளவு ஒளியை நான் இதுவரைக் கண்டதில்லை. அந்தோனியஸ், யோசித்துப் பார்க்கும்போது இந்தப் பெண்களின் தேவைகளைப் பற்றி யாருக்குத் தெரிகிறது?

என் கை வலிக்கிறது. உன் கடிதம் கிடைத்த மகிழ்ச்சியில் இவ்வளவும் எழுதிவிட்டேன். இன்னும் நிறைய எழுத வேண்டும். நாளை என் இனிய செயலாளர் வந்துவிடுவாள். அவளை வைத்து மீதியை எழுதுகிறேன். அவள் பெண் என்பதால் - ஜீலியாவின் விருப்பத்திற்கும் உரியவள் - என்னால் இவ்வளவு வெளிப்படையாக எழுத முடியாது. எழுதியதுவரை நான் பத்திரப்படுத்தி விடுகிறேன். இந்தப் பெண்களை எதற்காகவும் நம்ப முடியாது.

அழகியும் நல்லவளுமான ரூத் நம் ரகசியங்கள் அறிய வேண்டாம். அவள் என்ன நினைப்பாள்? கேவலமான மனசுடைய இரண்டு ரோமானியக் கிழவர்கள் என்று நினைத்துக் கொள்வாள் இல்லையா? அது மகத்தான ரோம சாம்ராஜ்யத்திற்கும், குடிமக்களின் தலைவருமான டைபீரியஸ் சக்ரவர்த்திக்கும் இழுக்கல்லவா? ஒரு நல்ல ரோமானியக் குடிமகனாக வாழ என்ன பாடுபட வேண்டியிருக்கிறது!

செயலாளர் சில தவறுகளைக் கண்டுபிடிக்கிறாள்

இருபத்தி மூன்று வயதுடையவளும், யூதேயா பிராந்தியத்தின் ஆளுநரான பாந்தியஸ் பிலாத்துவின் செயலாளருமான ரூத் ஜெருசலேமில் இருந்த கவர்னரின் மாளிகையின் தோட்டத்து முற்றத்தில், தன்னுடைய மேசையின் முன்னால் அமர்ந்தபடி, பிலாத்துவின் வருகைக்காகக் காத்திருக்கிறாள். மணி காலை பத்து. தோட்டத்தில் இருக்கும் ரோமானியத் தூண்களும், சிலைகளும் சூரிய வெளிச்சத்தில் குளித்துக் கொண்டிருக்கின்றன. செங்கடலிலிருந்து வறண்ட காற்று வீசிக் கொண்டிருக்கிறது. இரவு பெய்த மழையின் ஈரம் உலரவில்லை. வெயில் மழையின் வாசனை சுமந்து திரிந்தது. ஒரு வெள்ளைப் பூனை முற்றத்திலிருந்த தூண்களில் ஒன்றை உராய்ந்தபடி எதையோ தேடுவது போல சத்தம் போட்டுக் கத்தியபடி ரூத்தைப் பார்க்கிறது. ரூத், அதை எடுத்துத் தன் மடியில் வைத்துக்கொண்டு தடவிக் கொடுக்கிறாள்.

ரூத் : நீ ஒரு ரோமானியப் பூனை, இல்லையா? உனக்கு எவ்வளவு கிடைத்தாலும் நீ ஒரு போதும் திருப்தியடைய மாட்டாய். கேடு கெட்ட ஜென்மமே!

அவள் குனிந்து அதை முத்தமிடப் போகிறாள். பூனை, பூத்தொட்டிக்குப் பக்கத்தில் ஒரு பூச்சியைக் கவனித்து விட்டு, அதை நோக்கிப் பாய்கிறது.

ரூத் : போ! போய்விடு. வெளியே போய் உன் எஜமானனை அழைத்து வா!

பூனை, தான் துரத்திச் சென்றதைப் பிடிக்க முடியாமல் திரும்ப வருகிறது. அது ரூத்தின் பாதத்துக்கு அருகே உட்கார்ந்து, பொன்னீல வண்ணம் கொண்ட கண்களால் புகார் சொல்வதைப் போலக் கத்தியபடி மீண்டும் அவளைப் பார்க்கிறது.

ரூத் (அதை உதைப்பது போலக் காலை நீட்டியபடி பூனையிடம்): ஸிசீ! நன்றி கெட்ட ஜென்மமே! தொலைந்து போ!"

அவள் பொய்க் கோபத்தோடு பூனையைப் பார்க்கிறாள்.

பூனையை பயமுறுத்துவதற்காக நீல அங்கிக்குக் கீழேயிருந்து தற்காலிகமாக வெளிப்பட்ட ரூத்தின் அழகிய கால்களில் சூரிய ஒளிபட்டு அத்தோட்டத்து மாளிகையையே ஒரு நிமிடம் பிரகாசிக்கச் செய்கிறது. பூனை ரூத்தின் மேசைக்குக் கீழே சுருண்டு படுத்தபடி தன் கண்களை மூடிக் கொள்கிறது.

தோட்டத்துச் சுவர்களுக்கு அப்பால், தொடுவானத்துக்கு அருகே தெரியும் ஜெருசலேம் நகரத்தைப் பார்த்தபடி ரூத் சிந்தனையில் மூழ்குகிறாள். அவள் உயரம் குறைந்து சற்று பருமனான உடலமைப்பைக் கொண்ட அழகி. அவளுடைய சுருண்ட முடி தோளின் மீதும், முதுகின் மீதும் அலைஅலையாய்ப் புரள்கிறது. சற்று முன்பு மின்னலைப் போல வெளியே எட்டிப் பார்த்த அவளுடைய கால், இப்போது நீல ஆடையின் உள்ளே அட்டாங் காலாகப் போடப்பட்டிருக்கிறது. வெண்மையும் ரோஸ் நிறமுமாக மிளிரும் பாதங்களின் மிதியடிகளுக்குள்ளே ஓடும் நீல நரம்புகள், நகங்களின் மருதாணிச் சிவப்பில் கரைகின்றன. சிந்தனையில் ஆழ்ந்திருக்கும்போது கூட அவளுடைய முகம் பொலிவாகவே இருக்கிறது. பிடிவாதம் துளும்பும் உதடுகள், இடையிடையே ஒரு புன்னகையின் தீற்றலில் துடிக்கிறது.

கண்களின் ஓரங்களிலும் அதே புன்னகை ஒளிந்திருக்கிறது. முகத்தில் கர்வத்தின் சாயல் தெறிக்கிறது.

ரூத் (தனக்குள்ளே): இன்றைக்கு என்ன ஆச்சு? கிழவரை இன்னும் காணவில்லை. நேற்று இரவு கொஞ்சம் அதிகமாகக் குடித்திருப்பார். பூனை வந்துவிட்டது. இப்போது தொடர்ந்து நாய் வரும். அப்புறம் கிளி, நெருப்புக் கோழி, மான்குட்டி, யானை, முயல் அவற்றின் பின்னால் ஆளுநர் போந்தியஸ் பிலாத்து அசைந்தாடி, தள்ளாடியபடி வருவார். அதாவது, இன்று காலை அவர் தன் தலையை நிமிர்த்தக் கூடிய நிலையில் இருந்தால் வருவார். குறைந்தபட்சம் இந்தப் பிராணிகளிடமாவது அந்தக் கிழவர் அக்கறை கொள்கிறார் என்பது பெரிய நிம்மதிதான்.

அவர் யாரோ ஒரு பழைய நண்பருக்கு நேற்று எழுதிப் பெட்டிக்குள் மறைத்து வைத்திருக்கிற கடிதத்தில் என்னைத் தன் மகளைப் போல நேசிப்பதாக எழுதி வைத்திருக்கிறார். மகளைப் போலவாம்! ஒரு முட்டாள் ரோமானியப் பெண்தான் அதை நம்புவாள். அவர் சொல்லச் சொல்ல நான் என் குறிப்பேட்டில் எழுதிக் கொண்டிருக்கும்போது, மேசைக்குக் கீழே அவருடைய பாதங்கள் நீண்டு என் பாதங்களை உரசுவது அவர் வெறுமனே தன் கால்களை நீட்டுவதால் நிகழ்வது என்று நான் நினைத்துக் கொள்ள வேண்டுமா என்ன? சரி, நான் அதை நம்புகிறேன். ஆனால் நான் என்ன எழுதியிருக்கிறேன் என்பதைப் பார்ப்பது போல என்னுடைய தோளுக்கு மேல் அவர் தொட்டும், தொடாமலும் எட்டிப் பார்க்கும் விதத்தில் நிச்சயமாக கோளாறு இருக்கிறது என்பது தான் ஒரு பெண்ணாக என் அபிப்ராயம். சரி, கிழவருக்கு சந்தேகத்தின் பலனை அளித்துவிடுகிறேன்.

ஒரு விதத்தில் இந்த பிலாத்து பரிதாபத்துக்கு உரியவர்தான். அவருக்கு இந்த உலகத்தில் என்ன நடக்கிறது என்பதைப் பற்றி எதுவுமே தெரியாது. காலையில் கண் விழித்ததும் அவர்

தன்னுடைய சொந்த உலகத்தில் வாழத் தொடங்கி விடுவார். அவருடைய மூக்கின் நுனியிலிருந்து அவர் எதைப் பார்க்கிறாரோ அதுதான் அவருக்கு வாழ்க்கை. ஒரு பெண்ணைப் பார்த்தால் வெறித்துப் பார்க்கிறார். ஏதாவது மிருகத்தைப் பார்த்தால் பக்கத்தில் சென்று சொறிந்துவிடுகிறார். சமயத்தில், விலங்கு அதன் பங்குக்கு உதைப்பதோ, கடிப்பதோ, முட்டுவதோவென எதையாவது செய்கிறது. அது அவரிடம் சிறிது அன்பைக் காட்டினாலும், அவர் அதனுடன் மணிக்கணக்காக உட்கார்ந்து கொள்கிறார். ஒரு பெண்மனி அவரிடம் அன்பைக் காட்டினால் அவர் குழப்பமடைந்து விடுகிறார். மற்றவையெல்லாம் அந்தத் திருட்டு வேலைக்காரர்களால் வழிநடத்தப்படுகின்றன.

அவர் எப்படி யூதப் பிராந்தியத்தை ஆட்சி புரிந்து சமாளிக்கிறார் என்று ஜெஹோவாவுக்கு மட்டும்தான் தெரியும். ரோம சாம்ராஜ்ஜியத்தின் மிடுக்கினால் தான் அவருடைய உத்தியோகமும் இந்தப் பகுதியின் ஆட்சியும் ஏதோ குறையில்லாமல் நடந்து வருகிறது.

பொருட்களைப் பூட்டி வைப்பது அவருடைய பழக்கங்களில் ஒன்று. அவர் பூட்டி வைப்பவற்றை யாரும் பார்ப்பதோ, எடுப்பதோ இல்லை என்று அவர் நினைக்கிறார். தன் கைப்பட எழுதுபவற்றை அவர் பூட்டியே வைத்திருப்பார். பூட்டி வைப்பதையே ரகசியத்தைத் தேடுபவர்கள் முதலில் திறந்துப் பார்ப்பார்கள் என்ற இந்த உலகத்தின் நியாயம் இம்முதியவர் அறியாதது. நானும் ஜூலியாவும் கள்ளச்சாவி தயார் பண்ணிடுவோமென்று சிந்திக்கக் கூடிய மூளை இந்தப் பிலாத்துவுக்கு இல்லை. அதை எல்லாம் யோசிக்கும்போது, சில சமயம் அந்த நீண்ட ரோமானிய மூக்கைப் பிடித்து இழுத்து, கிழவனைக் கொஞ்சத் தோன்றும்.

அந்தப் பெரிய தந்தப் பெட்டியில் நானோ, ஜூலியாவோ பார்க்காதது என்ன இருக்கிறது? ஆனால், அவர்

முட்டாள்தனமாக எதையாவது எழுதி அதற்குள் வைத்தபடியே இருக்கிறார். பெட்டிக்குள் இருந்து வெளியே வந்து என்னுடைய மூளைக்குள் குடிபுகுந்துவிட்ட மாபெரும் ரோமானிய சாம்ராஜ்யத்தின் சிலிர்ப்பூட்டும் ரகசியங்கள், சக்ரவர்த்தியின் பாலின்பத் தோல்விகளும் அவற்றுக்கான வினோதமான விடிவுகளும் உள்ளடங்கிய காதல் கடிதங்கள், காதல் கவிதைகள் என்று எல்லாமும் அதில் இருக்கின்றன. ஜூலியாவுக்கும் எனக்கும் அவருடைய எல்லாக் காதலன், காதலிகளின் பெயர்களும் தெரியும்.

ஜூலியா ளிளிபிலாத்து எனக்குத் தொல்லை கொடுக்காத வரையில் நான் அவருடைய இந்த விஷயங்களை எல்லாம் தெரிந்து கொள்ள விரும்பவில்லை. நான் அவரை நீண்ட காலத்துக்கு முன்பே அவர் போக்கில் விட்டுவிட்டேன்"" என்பாள். அவளை அவர் எதிர்பார்ப்பதே இல்லை. அதெல்லாம் எப்போதோ தீர்ந்து போயிருந்தது. மேலும், அவர் அவளிடம் பயப்படுகிறார். அவரைக் காட்டிலும் அவள் அதிக விஷயங்கள் தெரிந்தவள் என்ற உணர்வு அவருக்கு இருக்கிறது. அவள் படிக்கின்ற புத்தகங்களையும், அவளுடைய தியானங்களையும் குறித்து அவர் அஞ்சுகிறார். புலி பிடிக்கப் போவதான ஒரு பயம் அதனுள்ளே இருப்பதாக அவர் நடுங்குகிறார்.

ஜூலியாவின் புத்தகங்களை அவர் ரகசியமாக எடுத்துப் படிக்கும்போது, அவருடைய கைகள் ஐஸ் கட்டியைத் தொட்டுவிட்டதைப் போல நடுங்குவதை நான் பார்த்திருக்கிறேன். அவர் அவளுடைய தியான அறைக்குள் சென்று வியர்வை பெருக, கண்களை உருட்டியபடி, ஏதோ ஒரு பூதத்தைக் கண்டதுபோல வேகமாக வெளி வருவதை நான் பார்த்திருக்கிறேன்.

என் அருமை பிலாத்துவே, நீங்கள் கொல்லப்படுவதற்காகக் கையளித்த யேசுவின் பாதங்களை ஜூலியா வழிபடுகிறாள்

என்று உங்களுக்குத் தெரிய வரும்போது, நீங்கள் எப்படி நடுங்குவீர்கள்? உங்கள் கண்கள் எவ்வளவு வெறித்துப்போகும்?

ஏதோ ஒருவிதமான மந்திரசக்தியின் மூலம் யேசு ஜூலியாவின் கனவில் காணப்பட்டதாக நீங்கள் நினைப்பதாக, அந்தோனியஸூக்கு எழுதியிருந்தீர்கள். உங்களுக்குத் தெரியாமல் தன் முகத்தைத் திரையிட்டு மறைத்தபடி எத்தனைமுறை உங்களுடைய அழகிய, இனிய குணம் படைத்த மனைவி என்னோடு வந்து, எம் நேசத்துக்குரிய யேசுவின் காலடிகளில் உட்கார்ந்திருக்கிறாள்.

ஆளுநரே, நீங்கள் மரியத்தைச் சுவரேறிக் குதிக்க வைத்தீர்கள். நானும் உங்கள் மனைவியைச் சுவரேறிக் குதிக்க வைத்தேன். நிஜமாகவே ஜூலியாவை வேறொரு ஆணுக்காக மதிலேறி குதிக்க வைத்திருந்தாலும் தாங்கள் அறியப் போவதில்லை. ஏனெனில் நீங்களே அப்படி ஒரு சுயம் நாசமாகும் கனவுலகில் தான் வாழ்கிறீர்கள். உண்மையைச் சொல்வதென்றால் அதனால் தான் எனக்கு உங்களிடம் ஒருவிதமான ப்ரியம் ஏற்பட்டிருக்கிறது. காமம் நிரம்பிய உங்கள் வாழ்க்கையில் ஒருவித திட்டமின்மை இருக்கிறது. நீங்கள் யாரையும் நேசிக்காதது போலவே, யாரிடத்திலும் உங்களுக்கு விரோதமும் இல்லை என்று நான் நினைக்கிறேன். ஆனால் என்ன பயன்? உங்களுக்குள் இருக்கும் எளிய மனிதன், அந்தக் கெட்டவனின் கடமைகளை எல்லாம் தானாகவே செயல்படுத்தி விடுகிறான்.

உங்களுடைய தம்பட்டங்களைப் பொறுத்தவரையில், நாங்கள் நீண்ட காலத்திற்கு முன்பே அவற்றை மன்னித்து விட்டோம். அந்தக் கடிதத்தில் எவ்வித ஒழுங்குமற்ற உங்களின் குடிகார நண்பருக்கு நீங்கள் என்னவெல்லாம் எழுதியிருக்கிறீர்கள்? அதைப் படிக்கிறவர்கள் பிலாத்துவை ஜெருசலேத்தின் மன்மதன் என்று கற்பனை செய்து கொள்வார்கள். ஆனால், மரியமும், ராஹேலும், அன்னாவும்

உங்களுடைய விசித்திரமான காமலீலைகளைப் பற்றி என்னிடம் கதைகதையாகச் சொல்லியிருக்கிறார்கள். சிறிதுநேரம் கட்டிப் பிடிப்பதும், மூச்சு முட்டுவதும் பார்த்துக் கொண்டிருப்பதும் தான் உங்களால் முடியுமென்று எங்களுக்குத் தெரியும். பாருங்கள் பிலாத்து, நீங்கள் நண்பருக்கு விவரிக்கும் இன்பத்தின் உச்சம் அதுதானெனில், அது உங்களின் விருப்பம். ஆனால், மரியத்தைக் கீழே நிறுத்திவிட்டு நீங்கள், அவள் மீதேறித்தான் செல்வீர்கள் என்று அவள் சொல்கிறாள்.

இதற்குப் பிறகும் அவள் ஒளிரும் முகத்தோடு உங்களைப் பார்க்கவில்லை என்பதற்காகவும், யேசுவைக் கனிவோடு பார்த்தாள் என்பதற்காகவும் நீங்கள் வருத்தப்படுகிறீர்கள் இல்லையா? ஓராயிரம் காதலின்பத்தின் உச்சங்களைத் தொடும் பேரானந்தத்துக்கு ஈடான ஒன்று யேசுவின் ஒரு பார்வையில் இருக்கிறது என்பதை உங்களால் எப்படிப் புரிந்து கொள்ள முடியும்? நல்லது, அதைப் புரிந்து கொள்ளக்கூடிய மனிதராக நீங்கள் இருந்திருந்தால் உங்களுக்கு அந்த சோகமயமான காலைப் பொழுதில், உங்கள் கைகளைக் கழுவுவதற்காகப் பாத்திரம் நிறைய நீர் தேவைப்பட்டிருக்காது.

யேசு எங்களுக்கு அளித்த மகிழ்ச்சி நீங்கள் நினைத்துக் கொண்டிருப்பது போன்றது இல்லை என்பதை எப்படி எங்களால் உங்களுக்கு உணர்த்த முடியும்? யேசு முத்தமிட்டது எங்களுடைய இதழ்களையோ, மார்பகங்களையோ அல்ல. அவர் எங்களுக்குள் நுழைந்தது எங்கள் தொடைகளின் வழியேயுள்ள பாதையினாலும் அல்ல. அவர் ரோஜாவைத் தீண்டும் தென்றல் போல் எங்கள் இதயங்களை முத்தமிட்டார். எங்களின் வசீகரமான அழைப்புகளையெல்லாம் கடந்து, அவற்றையெல்லாம் உடைத்து நொறுக்கிக் கொண்டு, எங்கள் ஆன்மாவுக்குள்தான் அவர் நுழைந்தார். அப்படியானால் நாங்கள் அவருடைய அணைப்புக்கு ஆசைப்படவில்லை என்றா பொருள்? நாங்கள் இன்னமும் அவருக்காக ஏங்கிக் கொண்டிருக்கவில்லையா? ஏங்குகிறோம்.

ஒரு சமயம் அவர் திடீரென்று தன்னுடைய கையை என் தோளின் மேல் வைத்தார். எந்த மனிதனும் இதுவரை தீண்டாத எனது உடலில் பாய்ந்த நெருப்பு மின்னலால், என்னுடைய தொடைகளின் உட்புறம் ஈரமானது. என்னுடைய மார்பகங்கள் விம்மிப் புடைத்தன. ஆனால், நான் அவருடைய கண்களுக்குள் பார்த்தபோது, என் உடலைவிட்டு ஏதோவோர் ஆனந்தத்திற்குள் ஒரு பறவையைப் போலப் பறந்து கொண்டிருப்பதைக் கண்டேன். அவர் மட்டும் எங்களை மீண்டும் மீண்டும் தீண்டியிருந்தால்! எங்களை அணைத்திருந்தால்! எங்களோடு உறங்கி, கனவு கண்டு ஒரு போர்வைக்குள் எங்களுடன் புகுந்து கொண்டிருந்தால்! எங்களுடைய ரகசிய நறுமணங்களுக்குப் பலியாகி வீழ்ந்திருந்தால்! ஆனால், அவருடைய இதயம் வேறு உலகத்தில் இருந்தது. நாங்கள் சில சமயங்களில் காணக் கூடியதாகவும், ஆனால் ஒரு பொழுதும் நுழைய முடியாததுமான வேறு ஒரு உலகத்தில் இருந்தது.

பிலாத்துவே, நீங்கள் மரியமும், மார்த்தாவும் மற்ற பெண்களும் அழுததை மட்டும் பார்த்தீர்கள். ஜூலியாவும் நானும் அவருக்காகக் கதறி அழுததைப் பார்க்கவில்லை, இல்லையா? ஒரு காதலனுக்காக அழுவதைப் போல நாங்களும் கண்ணீர் வடித்தோம். அவர் கைப்பற்றப்பட்ட தினத்தின் இரவில் நீங்கள் டமாஸ்கஸிலிருந்து வந்த ஒற்றைக் கண் தளபதியான ஒரு அயோக்கியனோடு, நள்ளிரவுக்குப் பிறகுவரைக் குடித்து, ஏராளமான உணவை உட்கொண்டு, பிறகு படுத்து, குறட்டை விட்ட வேளையில் நாங்கள் யேசுவுக்காக விழித்திருந்தோம். ஏனெனில் வரப் போவது என்னவென்று அவர் சொன்னதை அந்தப் படு முட்டாள்களான சீடர்கள் உணரவில்லையெனினும் நாங்கள் உணர்ந்திருந்தோம். அதனால், அந்தத் தினத்திலிருந்து நாங்கள் அழவில்லை. இனிமேலும் எங்களுக்குத் துயரமில்லை.

அவர் மரித்தவரிலிருந்து உயிர்த்தெழுந்து விட்டார் என்பதை நீங்கள் அறிவீர்களா? இல்லை. அவர் விரைவில் எங்களைக் காண வருவார் என்பதை நீங்கள் அறிவீர்களா? இல்லை. பிலாத்துவே, உங்களுக்கு என்ன தெரியும்? பிரபஞ்ச பிதாவான ஜூபிடர் தேவனின் கவனக் குறைவினாலும், டைபிரீயசின் இயலாமையினாலும் யூதப் பிரதேசத்தின் கவர்னராகப் பொறுப்பேற்ற உங்களுக்கு என்ன தெரியும்? இனி நாங்கள் ஏன் பயப்பட வேண்டும்? எதற்காக வருத்தப்பட வேண்டும்? அன்று அவருடைய இயலாமைக்காக அழுதோம். அவருடைய ரத்தத்தைக் கண்டதால் அழுதோம். அவரை எல்லோரும் காறித் துப்பியதால் அழுதோம். நீங்கள் அவரைச் சவுக்கால் அடிக்கச் செய்தீர்கள். ஏற்கனவே மதகுருக்களின் அடிகள் தளர்த்திய உடலில் தானே மீண்டும் மீண்டும் அடிக்கச் செய்தீர்கள்?

அவரைக் காப்பாற்றுவதற்காகவே நீங்கள் அப்படிச் செய்தீர்கள் என்று ஜூலியாவிடம் சொன்னதை நாங்கள் ஒரு பகுதி நம்புகிறோம். சில சமயங்களில் கெட்டவன் கூட நன்மை செய்யும் சூழல் ஏற்படுகிறது. இந்தத் தப்புத் தாளத்தின் வழிபடும் வடிவம்தானே தாங்கள். நானும் ஜூலியாவும் கொடுத்தனுப்பிய குறிப்பைப் பார்த்த பிறகுதானே உங்கள் மனம் மாறியது. அது நடக்காதிருந்தால் நீங்கள் யேசுவின் மீட்பராக மாறியிருப்பீர்களா? உங்களின் நீதி நேர்மையைப் பற்றி இப்படி அலட்டிக் கொண்டிருப்பீர்களா?

பிலாத்து, ஒரு புண்ணியமுமில்லாதவனாக தாங்கள் நினைக்கும் யேசுவின் மிகப்பெரிய தோல்வி என்னவென்று நான் சொல்லட்டுமா? அவர் பெண்களாகிய எங்களை, அவருடைய உலகத்திற்கு எல்லாக் கதவுகளையும் திறந்து வைத்து உள்ளே அனுமதிக்கவில்லை. கழுதைகளான சில ஆண் சீடர்களை அழைத்துக் கொண்டுதான் திரிந்தார். அவர்களோடு செலவழித்த நேரத்தையும், கவனத்தையும், பொறுமையையும் எங்களுக்கு அளித்திருந்தால், ஒருவேளை,

இப்போதைய இந்த நிலைமை இவ்வளவு சீக்கிரம் ஏற்பட்டிருக்காது. இவ்வளவு கொடூரமாகவும் நிகழ்ந்திருக்காது.

அவர் தன் தாயையும் விலக்கியிருந்தார். சகோதரிகளையும் கூட விலக்கியிருந்தார். அவர் அப்படி செய்திருக்கக் கூடாது, தாயும், மனைவியும், காதலியும், சகோதரியும் தருவதை விடவும் ஒரு ஆத்ம பலத்தை வேறு யாரால் தந்துவிட முடியும்? அவர் பிதாவைத் தேடிப் போவதற்கிடையில் மாதாவையும் புரிந்துகொள்ள முயன்றிருக்கலாமே. அதற்கு பதில் அவன் தந்தைமையின் ஊடுவழிகளிலூடே முட்டி மோதி நடந்தபடியிருந்தார். தந்தை யாராக இருந்தால் என்ன? கருவறைதானே உண்மையில் அவன் தந்தை?

பரிதாபம்! யாரால் அவன் மனதை மாற்ற முடியும்? உயிர்த்தெழும் யேசுவாவது திரும்பிச் சென்று அந்தப் பரிதாபத்துக்குரிய மரியாளின் காலில் விழுந்து, ளிஅம்மா, உன்னை நான் அறிந்துகொண்டேன்஗ என்று சொல்வாரா? இம்முறை நான் அவரிடம், மனம் திறந்து பேசப் போகிறேன். ஆனால், அந்தத் திருட்டுச் சீடர்களின் செவிப்புலனிலிருந்து அவரை எப்படி அகற்றுவேன்? யேசு உயிர்த்ததும் அவர்களைவரும் அவரோடு எவ்வளவு சீக்கிரம் ஒட்டிக் கொள்வார்களோ, அவ்வளவு வேகத்தில் விலகியும் ஓடிவிடுவார்கள். என் எஜமானராகிய பிலாத்து, உண்மையில் நீங்கள் அடித்து விரட்டியிருக்க வேண்டியது அந்த அயோக்கிய சீடர்களைத் தான். கெத்செமானே தோட்டத்தில் யேசுவை மதகுருக்கள் கைது செய்தபோது, ஒரு சீடன் தன் ஆடைகளைக் கூட உதறிவிட்டு ஓடி ஒளிந்து கொண்டானாம்!

என் யேசுவே! உன் நிலைமை இப்படியாகி விட்டதே. இப்படியே போனால் நாளை நீ உருவாக்கும் சொர்க்க ராஜ்யத்தின் எதிர்காலம் என்னவாகும்? நீ ஏன் உன் ரகசியங்கள் முழுவதையும் எங்களிடம் சொல்லாமல் இருந்துவிட்டாய்? எதனால் அன்றைய ராபோஜனத்திற்கு எங்களை

அழைக்கவில்லை? உணவு பரிமாறுவதற்காவது உனக்கு நாங்கள் உதவியிருப்போமே? ஆன்ம பலமற்ற சில ஆண்களின் கையில் உன் சொர்க்க ராஜ்ஜியத்தின் பாரத்தைத் தூக்கிக் கொடுக்க உனக்கு எப்படி தைரியம் ஏற்பட்டது? நாங்கள் உன்னுடைய தெய்வ ராஜ்யத்தை எங்களின் கருவறைகளிலேயே சுமந்திருக்க மாட்டோமா? அதை வளர்த்தெடுத்து இந்த ஆகாயமளவும் பூமியளவும் வியாபிக்கச் செய்திருப்போமல்லவா?

நீ எங்களுடைய நேசத்தை மறுதலித்ததற்கு, உன் தாயை மறுதலித்ததற்கு, இதைவிடப் பெரிய ஆபத்து உன்னைச் சூழப் போவதாக நான் பயம் கொள்கிறேன். யேசுவே, நீ ஒரு ஆணைப் போல எங்களிடம் உரிமை கொண்டாடியிருந்தால், பெண்களற்ற ஒரு சொர்க்க ராஜ்ஜியத்தை நீ கனவு கண்டிருக்க மாட்டாய். எங்களின் நேசத்தை, ஆதரவை, அடைக்கலத்தை ஏன் உன் சொர்க்க ராஜ்ஜியத்திலிருந்து இழுத்து வெளியேற்றினாய்? அதன் அஸ்திவாரங்களை சில மூடர்களிடம் மட்டும் ஏன் ஒப்படைத்தாய்? அதுதான் உன் இழப்பு, எங்களுடையதும். போகட்டும், போகட்டும், போனதெல்லாம் போகட்டும். (ரூத் பெருமூச்சு விடுகிறாள்)

எனக்கு பயமாயிருக்கிறது யேசு. நீ உயிர்த்தெழுந்தாயெனில், மரணத்திலிருந்து திரும்பி வந்த நீ யாராக இருப்பாய்? இன்னும் அன்னியமானவாக, புதியவனாக, தூரத்தில் இருப்பவனாக ஆகியிருப்பாய். இனி ஒருமுறை உன்னைப் பார்க்க நான் தயங்குகிறேன். நீ உடலற்ற, சுவாசமற்ற, வாசனையற்ற, கதகதப்பற்ற ஒரு அரூபியாக மட்டும் மாறியிருப்பதாயிருந்தால், என்னால் உன் மின்னல் பாயும் கையை இனியொரு முறை ஸ்பரிசிக்க முடியுமா?

(ரூத் மறுபடியும் பெருமூச்சு விடுகிறாள். முன்புறம் வளைந்து தன்னுடைய கைகளால் முகத்தை மூடிக் கொள்கிறாள். சற்று நேரம் கழித்து, சட்டென்று தன் தலையை

உயர்த்துகிறாள்) ஆஹா, யூதேயா முழுமைக்கும் ஆளுநரான அவர் இதோ வருகிறார். இன்றைக்கு அவருக்கு எது துணையாக இருக்கிறது? ஒரு கோவேறு கழுதைக் குட்டி! பொருத்தமான துணை!

ரூத் (மேசைக்கு அடியில் பார்த்து, பூனையைச் சீண்டி): ஏய்! எழுந்திரு! உன்னுடைய முதலாளி இதோ வருகிறார். அவரிடம் போய் அவர் காலைச் சுத்திச் சுத்தி வா. அவர் சந்தோஷப்படுவார்.

ரூத் (தனக்குள்ளே): இன்றைக்கு பிலாத்து என்னுடைய கையெழுத்தைச் சோதிப்பதற்காக வரட்டும். முதலில் அவர் தன் கையெழுத்தையும் மொழியையும் நேர் செய்யட்டும். அந்தோனியஸுக்கு எழுதிய கடிதம் முழுவதும் தவறுகள் நிறைந்துள்ளன. அவர் முதலில் அதற்காக வெட்கப்பட வேண்டும். இன்றைக்கு என் பின்னால் வந்து நிற்க முயன்றால் நான் அவரைப் பிடித்துத் தள்ளி விடுவேன். அவரை மெத்தை போலத் தாங்கிக் கொள்ளும் மரியம் இல்லாதபோது முற்றத்தின் தரை எவ்வளவு கடினமானதாக இருக்கும் என்பதை அவர் இன்றைக்கு உணரட்டும்! இல்லை வேண்டாம். போனால் போகட்டும். எளியவளான என் முன்னால் அவர் கூச்சத்தோடு நிற்கும்போது நான் அவருக்காக வருத்தப்படுகிறேன்.

ரூத் (எழுந்து பிலாத்துவின் முன் வணங்குகிறாள்): இன்றைக்கு ஏன் இவ்வளவு தாமதம் அய்யா? அதிக நேரம் தூங்கிவிட்டீர்கள். இல்லையா? இந்தப் புதிய கோவேறு கழுதை எங்கிருந்து கிடைத்தது? சிரியாவிலிருந்தா? அவ்வளவு தொலைவிலிருந்து நீங்கள் ஒரு கோவேறு கழுதையைக் கொண்டுவர வேண்டுமா அய்யா? அது ஒரு விசேஷமான இனத்தைச் சேர்ந்ததா? எனக்குக் கோவேறு கழுதைகளைப் பற்றி எதுவும் தெரியாது. இன்றைக்கு எழுத என்ன இருக்கிறது? இல்லை. காத்திருந்து நான் சலித்துப் போய் விடவில்லை

அய்யா. இங்கே உட்கார்ந்திருப்பது மிகவும் சுகமாக இருக்கிறது இல்லையா? நான் பல விஷயங்களைப் பற்றிச் சிந்தித்தபடி உட்கார்ந்திருந்தேன். குறிப்பாக எதுவும் இல்லை. அன்று சிலுவையில் இறந்து போன யேசுவைப் பற்றி சிந்தித்துக் கொண்டிருந்தேன். நீங்களும் அவரைப் பற்றித்தான் சிந்தித்துக் கொண்டிருந்தீர்களா? என்ன ஆச்சரியம்! அவர் ஒரு கண்ணியமான நபர் இல்லையா? உங்களால் அவருக்கு எதுவும் செய்ய முடியவில்லை இல்லையா! இந்தக் கடிதம் யாருக்கு? அந்தோனியஸூக்கா? அது ஒரு புதிய பெயராக இருக்கிறது. உங்களின் பழைய நண்பரா அவர்? நல்லது, இது பழைய நினைவுகளைப் புதுப்பித்துக் கொள்ள உங்களுக்கு ஒரு சந்தர்ப்பம். இதோ இந்தப் பூனை உங்கள் மடியில் உட்காருவதற்காகக் காத்துக் கிடக்கிறது. இப்போது அதற்கு மகிழ்ச்சி. நாம் ஆரம்பிக்கலாமா? எச்சரிக்கையாக இருங்கள். அந்தக் கோவேறு கழுதைக்குட்டி உங்கள் அங்கி நுனியை மெல்லுகிறது.

பிலாத்து தன் கடிதத்தைத் தொடர்கிறார்

பிலாத்துவின் தோட்டத்து முற்றத்தில் அவர் ஒரு கனத்த சிம்மாசனத்தில் சாய்ந்து உட்கார்ந்திருக்கிறார். பூனை அவர் மடியில் சுருண்டு படுத்திருக்கிறது. ஒரு கையால் அவர் அதைத் தடவிக் கொடுக்கிறார். மற்றொரு பக்கத்தில் கோவேறு கழுதைக்குட்டி செடிகளைத் துவம்சம் செய்து கொண்டிருப்பதை ரூத் பார்த்த போதிலும், தான் அதைப் பார்க்காததைப் போலப் பாசாங்கு செய்கிறாள். ரூத் தன்னுடைய பேனாவோடு காத்திருக்கிறாள்.

பிலாத்து (ஒரு ஆழ்ந்த பெருமூச்சுடன்) ஖ிளிசரி! ஆரம்பிக்கலாம். (மௌனமாக) இவள் இங்கே உட்கார்ந்திருக்கும் போது என்னால் எதை எழுதமுடியும்? சரி. இருக்கட்டும்... இந்தக் கடிதம் ரோமிலிருக்கும் என்னுடைய நண்பன் டைட்டஸ் அந்தோனியஸுக்கு முகமன் எதுவும் தேவையில்லை நேரடியாக ஆரம்பித்துவிடு.

ரூத் : ஏன் அய்யா!

பிலாத்து (தர்ம சங்கடத்துடன்) : பரவாயில்லை. அவன் என்னுடைய நண்பன்.

ரூத் : ஆகட்டும், அய்யா.

பிலாத்து : என் அருமை அந்தோனியஸ், நான் ஏற்கெனவே எழுதியிருந்த செய்திகளின் தொடர்ச்சிதான் இது.

ரூத் : நீங்கள் எப்போது எழுதினீர்கள், அய்யா?

பிலாத்து (அதிகரிக்கும் தர்மசங்கடத்துடன்): ஓ! நானே அதை எழுதினேன்.

ரூத் : கடிதத்தை நீங்கள் அனுப்பி விட்டீர்களா அய்யா? அதை அனுப்பியதாக எனக்கு நினைவில்லை, அய்யா.

பிலாத்து : (தன்னுடைய கோபத்தை விழுங்கியபடி) அன்றைய தினம் நீ வரவில்லை குழந்தை. ஒரு தூதுவன் போகும்போது அவனிடம் கொடுத்தனுப்பினேன்.

ரூத் : ஓஹோ, அப்படியானால் சரி அய்யா. திருடனுக்குத் திருட்டை மறைக்கவும் தெரிந்திருக்க வேண்டும். உங்களுக்கு நம்புவது போலப் பொய் சொல்லக்கூடத் தெரியவில்லை என்று நினைத்துக்கொண்டாள். அப்புறம் அய்யா?

பிலாத்து : அப்புறம், ஆரம்பி. நான் இப்பொழுது என் கவனத்தைக் குவித்துக் கொள்ள வேண்டும். கேள்வி கேட்டுக் குறுக்கிடாதே குழந்தாய்! அது என்னுடைய எண்ண ஓட்டத்தைச் சிதறச் செய்யும்.

ரூத் : எனக்குச் சரியாகக் கேட்காவிட்டால், நான் சந்தேகத்தை நிவர்த்தி செய்து கொள்ளலாம் இல்லையா அய்யா?

பிலாத்து : ம்.. சரி (மௌனமாக) அவள் மட்டும் தன்னுடைய காலைச் சற்றே நீட்டினால்... என்னவாம்... அந்தக் கால் என்ன அழகு! ஆனால் எல்லா யூதப் பெண்களையும் போல அவளும் அதை மூடி மறைத்து பார்வையில் படாமல் வைத்திருக்கிறாளே. என்ன செய்வது? (ரூத்திடம்) எழுதத் தொடங்கு.

ரூத் (மௌனமாக): இதோ! எண்ண ஓட்டம் புறப்படுகிறது.

பிலாத்து: நாம் பேசிக் கொண்டிருந்ததை நான் தொடர்கிறேன்.

பால் சக்காரியா

(ஒரு நீண்ட மௌனம்)

ரூத் : அய்யா?

பிலாத்து (தனக்குத்தானே): இவளை இங்கே உட்கார வைத்து விட்டு என்னால் என்ன சொல்ல முடியும்? இவள் கொஞ்சம் அதிபுத்திசாலி என்று நான் அடிக்கடி நினைத்ததுண்டு. இப்போது நான் என்ன செய்வேன்?

ரூத் : என்ன அய்யா? நீங்கள் நேற்று நன்றாகத் தூங்கவில்லையா? (மௌனமாக) தானே தன்னைக் காட்டிக் கொடுத்து விடுவோமோ என்று அவர் கவலைப்படுகிறார். இன்றைக்கு நான் அனுப்பப்பட்டுவிடுவேன் போலத் தெரிகிறது.

பிலாத்து : பார் குழந்தை! இன்று நீ எங்கேயோ போக விரும்புவதாக ஜூலியா சொன்னாள். நீ அவளோடு போகலாம். நான் இங்கே இருந்து சில விஷயங்களைக் கிறுக்கி வைக்கிறேன்.

ரூத் : (மௌனமாக) அதைப் பூட்டி வைக்க மறந்து விடாதீர்கள். ஏனென்றால் மீதிக் கதையை, இன்று மாலை உயிர்த்தெழுந்த யேசுவைச் சந்தித்துவிட்டு நாங்கள் திரும்பி வந்ததும் படிக்க விரும்புகிறோம். (பிலாத்துவிடம்) சரி நான் இப்போது புறப்படலாமா அய்யா?

பிலாத்து தலையசைக்கிறார்.

ரூத் : (மௌனமாக) கிழவரோடு ஒரு விளையாட்டை விளையாடுவோம்.

தன்னுடைய மிதியடியின் வார்ப்பட்டையைக் கட்டுவது போலப் பாசாங்கு செய்கிறாள். ரூத் அலட்சியமாக தன் அங்கியின் விளிம்பை உயர்த்தி சற்று முன் வெளிப்பட்ட பேரழகான தன் கால்களைக் காட்டுகிறாள்.

ரூத் : (மௌனமாக குனிந்தபடி) பிலாத்து, ஒரே பார்வை. ஒரே ஒரு பார்வை. என்னுடைய யேசுகூட இதைப் பார்த்ததில்லை.

பிலாத்தின் திடுக்கிடலில் பூனை விழித்துக் கொள்கிறது. மூச்சு முட்ட, குழப்பமும் ஆச்சரியமுமாக சுற்றுமுற்றும் திருட்டுத் தனமாகப் பார்க்கிறார். சிம்மாசனத்தின் இருபுறங்களையும் இறுகப் பற்றிக் கொள்கிறார். ரூத்தை உற்றுப் பார்த்தபடி, ஒரு சிலையைப் போல அமர்ந்திருக்கிறார். ரூத் மெதுவாக நிமிர்கிறாள். தனக்கு ஒரு மரண அடி விழுந்து விட்டதைப் போல அவர் காட்சியளிக்கிறார்.

ரூத் : அவை மட்டமான மிதியடிகள் அய்யா.

பிலாத்து மீண்டும் திகைத்துப் போகிறார்.

பிலாத்து : ஆமாம், ஆமாம்.

ரூத் : (பிலாத்துவைப் பார்த்து இனிமையாகப் புன்னகைத்து) நீங்கள் எழுதப் போகும் அவ்வளவு விஷயமும் நிச்சயமாக உங்கள் கைகளுக்கு வலி ஏற்படுத்தும் அய்யா. உங்களுக்கு நான் உதவி செய்கிறேனே?

பிலாத்து : என்ன? ஆமாம், ஆமாம், இல்லை, இல்லை.

ரூத் முற்றத்திலிருந்து படிகளின் வழியே கீழே இறங்கி பிலாத்துவின் முன் வணங்குகிறாள். பிலாத்து திடீரென்று ஏற்பட்ட அதிர்ச்சியால் இன்னமும் நடுங்கிக் கொண்டிருக்கும் தனது கைகளால் அந்த வணக்கத்துக்கு பதில் வணக்கம் செய்கிறார். ரூத், பூச்செடிகளைத் தின்று கொண்டிருந்த கோவேறு கழுதைக் குட்டியை விரட்டுகிறாள். பிறகு தன் வீட்டை நோக்கி மெதுவாக நடக்கிறாள். பூனை அதனுடைய வாலை உயர்த்திக் கத்துகிறது.

ரூத் : (மௌனமாக) நீங்கள் உங்கள் நண்பருக்கு யூதப் பெண்களின் அடக்கம் பொய்யானது என்று எழுதினீர்கள்

அல்லவா, இப்போது அதே விதமாக நீங்கள் இன்னும் அதிகமாக எழுதலாம்.

பிலாத்து ஒரு குருடனைப் போலத் தனக்கு எதிரே உற்றுப் பார்த்தபடி நீண்ட நேரம் அமர்ந்திருக்கிறார். இறுதியாக அவர் தன்னுடைய பேனாவை எடுத்து எழுதத் தொடங்குகிறார்.

அந்தோனியஸ்! நான் மீதிக் கடிதத்தை என்னுடைய செயலாளரிடம் சொல்லத் தொடங்கி, தோற்றுப் போனேன். நானே இப்போது அதை எழுதுகிறேன். என்ன எழுவது என்றறியாத ஒரு நடுக்கத்தில் நானிருக்கிறேன். கடிதம் எழுதும் முயற்சி நடக்கவில்லையெனினும் வியப்பு தருவதும், நம்ப முடியாததும், அழகானதுமான ஒரு நிகழ்வு நடந்தது. மோசமான மிதியடிகளைச் செய்பவர்கள் நீண்ட காலம் வாழ்க! இங்கு நடந்தவற்றையெல்லாம் என்னால் உனக்குச் சொல்ல முடியாது. ஆனால் இப்படிப்பட்ட அனுபவங்களை எனக்குக் காணும்போது ஜூபிடர் தேவன்மீது நம்பிக்கை பெருகி வருகிறது என்பது மட்டும் நிஜம்.

அந்தோனியஸ், உன்னிடம் மட்டுமே இதைப் பகிர்ந்து கொள்ள முடியும். அந்த யேசுவைப் பற்றிய ஏதோ ஒரு கலக்கம் என்னுள் இருந்து கொண்டே இருக்கிறது. அவன் உயிர்த்தெழுந்திருக்கிறான் என்ற வதந்தியையும் நான் கேள்விப்படுகிறேன். இது ஒரு பிரச்னைதான். நான் பயப்படவில்லை. அந்த இளைஞன் உயிர்த்தெழுந்து வந்தால் நான் பார்த்து ஆச்சரியப்படுவேன். உங்கள் இருவருக்கும் சம்மதமெனில் உன்னிடமே அவனை அனுப்பி விடுகிறேன். என்ன சரியா? ஹா! ஹா! ஹா!

இந்த யேசு திரும்பி வந்து யூதர்களின் ரட்சகரும் ராஜாவுமாக ஆனால், நான் அவனுக்காக என்ன செய்ய முயன்றேன் என்பதை ஒப்புக்கொள்ளும் நேர்மை அவரிடம் இருக்கும் என்று நான் உறுதியாக நம்புகிறேன்! அவன் நிச்சயமாக என்னைத் தூக்கு மேடைக்கு அனுப்ப மாட்டான். என்

பிரச்னை அதுவல்ல, அந்தோனியஸ்! அவன் ஒரு ரட்சகனாக ஒரு தலைமுறைச் சீடர்களை உருவாக்கி, உலகம் முழுவதும் தன்னுடைய போதனைகளைப் பரப்பி, ஒரு பெரிய ஆளாகி, தன்னுடைய பேரையும், புகழையும் ஆயிரம் அல்லது இரண்டாயிரம் ஆண்டுகளுக்குத் தக்க வைத்துக் கொண்டார் என்று வைத்துக் கொள். அந்த சரித்திரத்தில் நான் என்னவாக அறியப்படுவேன்? அவனுடைய பயமற்ற தன்மைதான் என்னை இவ்வாறு எண்ண வைக்கிறது. நிலைத்திருக்கப் போகும் ஏதோ ஒன்றின் சூசகம்தான் இது என்பது என் அபிப்ராயம். அப்படியானால் நாம் கொஞ்சம் கவனமாக இருக்க வேண்டாமா? இரண்டாயிரம் வருடத்துக்கப்புறமும் கொஞ்சம் நல்லபேர் இருந்தால் குறைந்தா போய்விடுகிறது! மனம் தெளிவாக யாரிடமாவது சொல்ல வேண்டுமல்லவா? எனவே, உன்னிடம் சொல்கிறேன். நடந்தது இதுதான்.

யூதத் தலைவர்களும், அவர்களின் அடிவருடிகளும் அவனைக் கட்டியிழுத்து என் மாளிகையின் முன் கொண்டுவந்து நிறுத்தினார்கள். முதல் நாளிரவு குடியும் கும்மாளமுமாக, விடியலில்தான் தூங்கப் போயிருந்தேன். படுத்துக் கண்மூடுவதற்குள் சேவகன் வந்து அழைத்தான். நான் மிகுந்த சிரமத்துடன் என் தலையைச் சுமந்தபடி, எப்படியோ ஒரு அங்கியை எடுத்து மாட்டிக்கொண்டு வெளியே வந்தபோது, அங்கே ஒரு பெருங்கூட்டம் குழுமியிருந்தது. கிழக்கில் விடிவெள்ளி முளைக்கத் தொடங்கியிருந்தது.

எல்லோரையும் ஒரு பார்வை பார்த்துவிட்டுத் திரும்பி, குளியலறைக்குள் நுழைந்து வெகுநேரம்வரை நீரை எடுத்து ஊற்றினேன். தொண்டைக்குள் கையிட்டு வாந்தியெடுக்க முயன்றேன். வெகுநேரம் கழிவறையில் அமர்ந்திருந்தேன். மரணத்திற்காய் காத்திருப்பவனைப் போன்ற இறுக்கத்தில் நியாய பீடத்தில் வந்தமர்ந்தேன்.

கண்களைக் கூடத் திறக்க முடியவில்லை. யேசு என் கண்களின் முன்னால் கரைந்து போய்க் கொண்டிருந்தான். என் நிலையை உணர்ந்த என் சேவகருள் ஒருவன், குவளையில் ஒரு பானத்தைக் கொண்டுவந்து தந்தான். ரோமன் மதுவும், ஹிந்துஸ்தானின் மருத்துவ சூரணமும் சேர்ந்து உருவாக்கப்பட்ட அதிசய பானம் அது. அதை அருந்திய பிறகுதான் எனக்கு போன உயிர் திரும்ப வந்தது.

அந்தோணியஸ், நான் யேசுவிடம், “நீ யூதர்களின் அரசனா?” என்ற ஒரேயொரு கேள்வியைத்தான் கேட்டேன். அப்படித்தான் அவன் சொல்லிக்கொண்டு திரிந்ததாக அவனுக்கெதிராக அவர்கள் கொண்டு வந்த குற்றச்சாட்டு. “என்று நீங்கள் சொல்கிறீர்கள்” என அவன் சொன்ன மழுப்பலான பதில் கேட்டு அவனை அடிக்கத் தோன்றியது எனக்கு. நான் பொறுமை காத்தேன்.

அவன் ராஜ்ஜியம் இந்த உலகத்தில் இருக்காது என்றும் அவன் சொன்னான். பிரச்னை முடிந்ததல்லவா? இந்த உலகத்திலில்லாத ஒரு நாட்டைப் பற்றி ரோம சாம்ராஜ்யம் ஏன் வருத்தப்பட வேண்டும்? சத்தியத்திற்கு சாட்சியாக இருப்பதற்கு தான் அவன் பிறந்தானாம். அதிலும் என்ன தவறு இருக்கிறது?

“எது சத்தியம்? சொல்வாயா?” என்று நான் கேட்டேன். ஏனெனில், அவ்வளவு அனாயாசமாகத் தான் அவன் சத்தியத்தைப் பற்றிச் சொன்னான். பிறகு நான் எழுந்து வெளியே போய் யூதர்களிடம், “இந்த மனிதனிடம் நான் எந்தக் குற்றத்தையும் காணவில்லை. அதனால் இன்றைய பெசஹா பெருநாளில் ஒரு கைதியை விடுவிக்க வேண்டுமல்லவா? அது இவனாக இருக்கட்டும்” என்றேன்.

ஆனால் ஒரு கொள்ளைக்காரனான பாரபாஸைத் தான் விடுவிக்க வேண்டுமென்று யூதர்கள் கூச்சலிட்டனர். “யேசுவை

சிலுவையிலிடுங்கள்!” என்று அவர்கள் அலறினார்கள். நான் குடித்த மருத்துவ பானத்தின் சக்தி குறையத் தொடங்கியது. மேலும் ஒரு குவளை பானம் தரும்படி நான் சைகை செய்தேன். மீண்டும் எழுந்து குளியலறைக்குச் சென்று மேலும் ஒருமுறை குளித்தேன். திரும்ப வந்து அடுத்த குவளை பானத்தை உறிஞ்சியபோது எனக்கொரு யோசனை தோன்றியது.

எல்லோரும் பார்க்கும்படி யேசுவுக்கு சில தண்டனைகள் கொடுத்தால் விஷயம் சுலபமாக முடியலாம். நான் யேசுவை சம்மட்டியால் அடிக்க வைத்தேன். யாரோ ஒருவன் ஒரு நகைச்சுவையாக அவன் தலையில் முள்கிரீடம் வைத்தான். அந்த நேரத்தைப் பயன்படுத்தி, என் கைகளில் தலை சாய்த்து சிறிது நேரம் கண்ணயர்ந்து விட்டிருந்தேன். ஜனத்திரளின் பெருங்கூச்சல் கேட்டுத்தான் கண் விழித்தேன்.

யூதர்களுக்கு யேசுவின் உயிர்தான் வேண்டும். அப்போதுதான் நான் மரியத்தை தூரத்தில் பார்த்தேன். ஜூலியாவின் கடிதமும் என் கையில் கிடைத்தது. அடுத்த நொடி நான் மிகுந்த குழப்பத்திற்கு ஆளானேன். யேசுவின் அருகில் சென்று நான் விசாரித்தேன்.

ளிளிஇளைஞனே, நிஜமாகவே நீ எங்கிருந்து வருகிறாய்? இந்த உலகத்திலிருந்து தானா?””

மௌனம்.

ளிளிஉன்னை சிலுவையேற்றவும், காப்பாற்றவுமான அதிகாரம் எனக்கு உண்டு என்பதை நீ புரிந்து கொள்கிறாயா? நீ ஒரு வார்த்தை பதில் சொன்னால் என்ன?””

அதற்கும் அவன் சரியான பதிலைச் சொல்லவில்லை.

நீ இங்கே இருந்திருந்தால் அதற்கான பொருள் என்னவென்று உனக்குத் தெரிந்திருக்கும். அதன்பிறகும் எனக்குக் கோபம்

வரவில்லை. ஏனெனில் அவன் தன் வலையில் தானே வீழ்ந்து கொண்டிருக்கும் ஒரு நேர்மையானவன் என்று நான் உணர்ந்திருந்தேன். ஆனால் நான் முதலில் சொன்னதுபோல, தப்பிக்க சம்மதிப்பவர்களைத்தானே அந்தோனியஸ், நாம் தப்ப வைக்க முடியும்?

கடைசியில் ஜனக்கூட்டம் ஆர்ப்பரிக்கத் தொடங்கிவிட்டது. பிரச்னை வலுக்கத் தொடங்கியது. ஜனங்கள் அரசியல் பேச ஆரம்பித்து விட்டனர். சக்ரவர்த்தியின் பக்கம் சாயவும், என்னை எதிர்க்கவும் செய்யும் குரல்கள் ஓங்கின. ஆபத்து, ஆபத்து என என் முழு பொதுவாழ்க்கை அனுபவமும் கூச்சலிட ஆரம்பித்தது. இருந்தாலும் நான் ஒரு கடைசி முயற்சியையும் மேற்கொண்டேன்.

என் ஜூலியாவுக்காக நான் அதைச் செய்தேன். நான் அவனை யூதர்களின் அரசனான ஏரோதுவிடம் கடைசி தீர்ப்புக்காக அனுப்பினேன். என் ராசி, ஏரோது ஏதோ ஊழல் செய்வதற்காக ஜெருசலேம் வந்திருந்தான். மந்திரவாதிகள், ஜோசியர்களிடம் அவனுக்கொரு விருப்பமிருப்பதாக நான் கேள்விப்பட்டிருக்கிறேன். எனக்கு அவனைக் கொஞ்சம் கூடப் பிடிக்காது என்பது வேறு விஷயம்.

ஏரோது யேசுவை விடுவித்தால் அதன்பிறகு மதகுருக்கள் வாயைத் திறக்க முடியாது. ஆனால் ஏரோது என்ன செய்தான் தெரியுமா? எந்த நடவடிக்கையும் மேற்கொள்ளாமல் யேசுவை என்னிடமே திருப்பி அனுப்பிவிட்டான். ஏரோதின் கேள்விகளுக்கும் யேசு பதிலெதுவும் சொல்லவில்லையென நான் பிறகு கேள்விப்பட்டேன். இப்படி போய் வருவதற்கிடையில் எனக்குக் கண்ணயர சற்று நேரம் கிடைத்ததுதான் மிச்சம். வேறு என்ன செய்ய?

ஜனங்களின் நடவடிக்கைகள் மிகவும் மோசமாகத் துவங்கியிருந்தது. நான் யேசுவைப் பார்த்தேன். அதே அபாயகரமான ஸ்நேகத்தோடு யேசு என் கண்களையே

பார்த்தபடியிருந்தான். நான் ஒரு பாத்திரத்தில் தண்ணீர் கொண்டு வரச் சொன்னேன். அனைவரின் முன்னாலும் என் இரு கைகளையும் கழுவியபடி, ஏஇந்த நீதிமானின் ரத்தத்தில் எனக்குப் பங்கில்லை. இனி நீங்கள் என்ன வேண்டுமானாலும் செய்து கொள்ளுங்கள்ஏ என்று சொன்னேன். அப்படியே யேசுவின் முகத்தை மேலும் ஒருமுறை பார்த்தேன். துவண்டு போன, ரத்தமும் காயங்களும் படிந்த முகம் எந்த உணர்ச்சிகளுமற்று இருந்தது. நான் அவனை யூதர்களிடம் ஒப்புக் கொடுத்தேன்.

டேய், ஒருவனை சிலுவையேற்றும் வாய்ப்பு கிடைத்தால் பின்னர் ஜனங்களின், ராணுவத்தின் விளையாட்டை விளக்க வேண்டுமா? அதெல்லாம் மிக பயங்கரமாக, எப்படி நடக்க வேண்டுமோ அப்படி நடந்தேறின.

இந்த உள் விஷயங்களெல்லாம் அந்தச் செயலாளர் ஏன் அறிய வேண்டும்? அதனால் என் கையெழுத்தை நீ சற்றுப் பொறுத்துக் கொள். அது மட்டுமல்ல, அவளும் ஒரு யூதப் பெண் தானே? அழகான இளம் பெண்ணுமல்லவா? அவளும் யேசுவின் வலையில் வீழ்ந்திருப்பாளோ என்று யாருக்குத் தெரியும்? இந்த ஜூலியாவின் நட்பு ஒன்றும் அவ்வளவு சரியல்ல என்று எனக்கு சில சமயம் தோன்றும். ஆனால் பெரிய விஷயம்.

மேலும் நம்மைப் போன்ற துஷ்ட ஆத்மாக்களுக்கு யாரையும் கேள்வி கேட்க முடியாதென்பது உனக்கும் தெரியுமல்லா? அதனால் மௌனமாக இருப்பது பல நேரங்களில் நல்லதென்று நம்பி வாழ்வோம். காலம் எல்லாவற்றிற்கும் பதில் சொல்லும். யேசு உயிர்த்தெழுந்தால் என்னைப் பார்க்க வருவானா? உனக்கு என்ன தோன்றுகிறது? எதுக்காக வரணும்னு தோணுதா? அவனுடைய ராஜ்யம் வேறெங்கேயோ தானே? ஒரு ஆட்சி அதிகாரி என்ற நிலையில் எனக்கு வரலாற்று பூர்வமான ஒரு பேராசையும் உண்டு. அவன்

வாக்குறுதி அளித்த தெய்வ ராஜ்யத்தை என்றாவது அவன் ஸ்தாபிப்பானா? அப்படியொரு நல்ல இடமிருந்தால், நாம் இருவரும் மனம் மாறி ஒரு நல்ல வாழ்க்கை வாழலாம்.

அதற்கான ஒரு விண்ணப்பமாக இந்த என் கடிதம் இருக்கட்டும். நீ இதை பத்திரமாக வைத்துக்கொள். உன்னுடைய புத்தகக் குவியல்களுக்குள் இதற்கொரு பத்திரமான இடம் கொடு. யேசுவின் தெய்வ ராஜ்யத்தில் நீ என்னவாக இருக்க விரும்புகிறாய்? நீயொரு நூலகர் ஆகிவிடு. நான் ஒரு வனவிலங்கு சரணாலயத்தின் மேற்பார்வையாளராகி விடுகிறேன். கொஞ்ச நாள் போனால் அலுப்பு தட்டி விடுமோ? பார்க்கலாம், ஒருமுறை பரிசோதித்துப் பார்க்கலாம், இல்லையா? சரி. உன் பதில் கடிதத்திற்காகக் காத்திருக்கிறேன். உனக்கு நன்மை உண்டாகட்டும்.

உன் உண்மையான நண்பன்

பொந்தியஸ் பிலாத்து

செயலாளர் நினைவிழக்கிறார்

பொட்டலாகத் தெரியும் குன்றுகளின் அடிவாரங்களின் வழியாகவும், கற்களும், புதர்களும் கையகப்படுத்திய வறண்ட சமவெளிகளின் வழியாகவும் ஜெருசலேமிலிருந்து வெளியேறும் ஒரு பாதை. வண்டிச் சக்கரங்களின் அடையாளங்களையும், குதிரையின் குளம்புகளையும் எப்போதும் தாங்கியிராத அந்தக் கிராமத்துப் பாதை முழுக்க முழுக்க ஆடு மேய்ப்பவர்களுக்கும், விறகு சேகரிக்க வரும் பெண்களுக்கும், ஜெருசலேத்தில் இருக்கும் பெரிய தேவாலயத்தில் வழிபாடு நடத்துவதற்காகச் செல்லும் பயணிகளுக்கும் மட்டுமேயானது. இந்தப் பாதை விரைவாகச் செல்ல வேண்டும் என்று பயணம் மேற்கொள்கிறவர்களுக்குப் பொருத்தமானது அல்ல. பெயரற்ற, வீடற்ற பல பேருடைய பாதங்களின் கீழே, சரித்திரத்தில் இடம்பெறாத பல செயல்களின் வழியே பல ஆண்டுகளாக உருவானது. அது சற்றே கடினமாக இருந்தது என்பதைத் தவிர, அதன் இருபுறங்களிலும் இருந்த மண்ணைக் காட்டிலும் மிக அதிக வேறுபாடு உடையதாகத் தெரியவில்லை.

அதன் மேல் இருந்த விலங்குகளின் உலர்ந்து போன கழிவுகள் மட்டுமே உயிரோட்டத்தின் அடையாளங்களாக இருந்தன. தொலைவில் கூட கண்ணைக் கவரும்படியான காட்சிகள் எதுவும் இல்லை. உயிரற்ற குன்றுகளும், பரந்து அகன்ற சமவெளிகளும், சூரிய ஒளியில் மங்கலாகத் தெரிந்தன. அதைக் காட்டிலும் கண்ணுக்கு இதமான

காட்சிகளைக் காண விரும்பும் பயணிகள் நிமிர்ந்து காற்றில் சிக்குண்ட மேகங்களையோ அல்லது ஒளிவீசும் நீலவானத்தையோ அல்லது அபூர்வமாகச் சில பறவைகளையோ காணலாம். நிச்சயமாகச் சூரியனையும் காணலாம். இரவாக இருந்தால் அவர்கள் ஒளி வீசும் பால்வீதியின் தோற்றத்தைக் காண முடியும். சரளைக் கல்லில் தன் கொடுக்கு பட்டதால் பயந்தோடும் தேளினைக் காண்பவன் அதிர்ஷ்டசாலி. தேளைக் கண்ணால் பார்க்கிறவர்கள் உண்மையில் அதிர்ஷ்டசாலிகள். வேகமாக பயந்தோடும் நரியையோ அல்லது பதுங்கும் முயலையோ காண்பவர்கள் மறக்க முடியாத ஒரு நாளை பெற்றவர்களாவர்.

பாந்தியஸ் பிலாத்து, டைட்டஸ் அந்தோணியஸூக்கு எழுதிய தன்னுடைய கடிதத்தை முடித்து, மூடி முத்திரையிட்டு ரோமாபுரிக்கு ஒரு தூதுவன் எடுத்துச் செல்வதற்காக வெளியே வைத்துவிட்டு, உணவருந்திய பின், ஓய்வு எடுத்துக் கொண்டிருந்த வேளையில் தான், பிலாத்துவின் மனைவி ஜூலியா, செயலாளர் ரூத், அவர்களுடைய சிநேகிதிகளான மக்தலேனா மரியம், மார்த்தா மேலும் இரண்டு மூன்று பெண்கள் இந்தப் பாதையில் நடந்து போய்க் கொண்டிருந்தார்கள். ஜூலியா யூத ஆடைகளை அணிந்து தன் முகத்தைத் திரையிட்டு மறைந்திருந்தாள். எல்லாரும் உயர்ந்த குரலில் பேசியபடி தான் நடந்து கொண்டிருந்தனர். சில வேளைகளில் ஒருவர் இன்னொருவரிடம் பேசுவதும், ஆனால் அதிகமான சமயங்களில் ஒருவர் மற்ற எல்லோரிடமும் பேசுவதுமாக இருந்தார்கள். விவாதம் சூடு பிடித்ததும் அவர்களுடைய நடை நிதானப்பட்டது. அவர்கள் பல்வேறு விஷயங்களை பற்றிப் பேசினார்கள். விவாதம் ஒன்றிலிருந்து கிளைத்து இன்னொன்றுக்கு வளர்ந்தது.

ரூத் (வானத்தைப் பார்த்தபடி): மழை பெய்யப் போகிறது என்று நினைக்கிறேன்.

நடந்து கொண்டிருந்த மற்றவர்களும் அலட்சியமாக வானத்தை நிமிர்ந்து பார்த்தார்கள்.

மரியம் : இல்லை, அவை மழை மேகங்கள் அல்ல. இப்போது மழை, பெய்வதாகத் தெரியவில்லை. பெய்தால் நன்றாகத்தான் இருக்கும். அவ்வளவு வெக்கையாக இருக்கிறது.

ஒரு பெண் : யேசு நிச்சயம் இந்த வழியில் வருவாரென உனக்கு எப்படித் தெரியும்?

மரியம்: எனக்கொன்றும் நிச்சயமாகத் தெரியாது. அவர் வருவார் என்று நான் நம்புகிறேன். அவ்வளவுதான். இன்று பார்க்கவில்லையென்றால் வேறு ஒரு நாளில், வேறு பாதையில் பார்ப்போம். அவர் எங்கேயிருக்கிறார் என்பது நமக்குத் தெரியாவிட்டால் கூட, நாம் எங்கேயிருக்கிறோம் என்பதை அவர் அறிந்திருக்க வேண்டாமா? அவர் அறிந்திருப்பார் என்று நாம் நம்புவோம்.

ரூத் : நடந்து நடந்து கால்கள் வலிக்கின்றன. மிதியடிகள் பாதங்களைக் கடிக்கின்றன. ஒரு தந்திரமான விளையாட்டாக அதைக் கழற்றியதால் எனக்குக் கிடைத்த தண்டனை இது.

மார்த்தா : என்ன விளையாட்டு?

ரூத் (புன்னகை செய்தபடி): அதை நான் உன்னிடம் சொல்ல முடியாது. சொன்னால் நீ என்னைப் பார்த்துச் சிரிப்பாய்.

மழையைப் பற்றிப் பேசுவதற்காகச் சற்று நேரம் நின்றிருந்த குழு மீண்டும் நகர்கிறது. பாதையில் அங்கும் இங்கும் இருந்த புழுதியைக் காற்றின் வேகம் சுழற்றுகிறது. மேகங்கள் கறுத்துத் திரள்கின்றன. ஆனால் மரியம் சொல்வதைப் போல் மழை பெய்யுமா எனத் தெரியவில்லை. சூரியன் இன்னமும் பளிச்சென்றுதான் இருக்கிறான். பாறைகள் நிரம்பிய பாலைவனத்தின் எல்லையிலும், தூரத்திலிருந்த குன்றுகளின் மீதும், சூறைக்காற்று சுழன்றடிக்கிறது. தூரத்து இடி முழக்கத்தைப்

போல ஒரு கர்ஜனை காற்றின் ஊடாக எதிரொலிக்கிறது. சில மேகங்களின் வழியாக மின்னலின் வேர்கள் நிசப்தமாகப் பாய்கிறது. வானத்திலிருந்த காற்று பூமியை நோக்கித் தாழ்ந்து, நடந்து கொண்டிருக்கும் இந்தப் பெண்களுக்கெதிராக வீசுகிறது. அவர்களின் முக்காடுகளை அகற்றியும், முடியை பறக்க விட்டும், அங்கிகளை உடலோடு ஒட்ட வைத்தும் ஆவேசம் கொள்கிறது.

ஜூலியா: எவ்வளவு நல்ல காற்று!

எல்லோரும் மௌனமாய் அதை உணர்கிறார்கள்.

மார்த்தா: இது நிச்சயமாக மழையின் அறிகுறிதான். வீசுவது குளிர் காற்றாக இருந்தால், தொலைவில் எங்கேயோ மழை பொழிகிறது என்று அர்த்தம்.

ஒரு பெண்மணி: நான் என்னுடைய துணிமணிகளைத் துவைத்துக் காயப்போட்டுவிட்டு வந்திருக்கிறேன்.

மார்த்தா : என் ஆட்டுக்குட்டிகளும் நனைந்துவிடும். நேற்றுதான் குட்டி போட்டு இருக்கின்றன. தாயை முற்றத்தில்தான் கட்டி வைத்திருக்கிறேன்.

ரூத் (குனிந்து காலில் பார்த்துக் கொண்டே) : என்னாலே இனி ஒரு அடிகூட எடுத்து வைக்க முடியாது. இரண்டு கால்களும் புண்ணாகிவிட்டன.

மார்த்தா : ஓ! ரூத், சொல்லுவதைக் கேட்டு எழுதுவதும், சிநேகிதிகளைக் கேலி செய்வதும் மட்டும் போதாது. சில சமயங்களில் கொஞ்சம் உடல் உழைப்பையும் மேற்கொள்ள வேண்டும். (ஜூலியாவிடம்) நீ அவளுக்கு உடல் உழைப்பு சார்ந்தும் வேலைகள் கொடுக்க வேண்டாமா? பிலாத்துவோடு எல்லா நேரமும் உட்கார்ந்து உட்கார்ந்து அவளும் ஒரு சுகவாசி ஆகிவிட்டாள். மன்னித்துக் கொள், ஜூலியா.

ஜூலியா சிரிக்கிறாள்.

தூரத்தில் முன்பு கேட்ட முழக்கம் அதிகரிக்கிறது. மேகங்கள் அசைவற்று நிற்கின்றன.

யாரும் கவனிக்காமலேயே சூரியன் மறைந்து கொண்டிருந்தான். திடீரென்று, ஒரு படை அணிவகுத்துச் செல்வது போன்று தொடுவானத்திலிருந்து ஒரு முழக்கம்,

ஜூலியா : பூமி நடுங்குகிறதா? (கத்துகிறாள்)

ரூத் : ஆமாம், ஜாக்கிரதை.

ஒரு ராட்சசனின் காலடிகள் பூமியைப் பதறச் செய்தபடி பக்கத்தில் வருவது போல அவர்களைச் சுற்றி ஒரு முழக்கம் கேட்கிறது. புல்லரித்துக் கொள்ளும் ஆட்டின் ரோமம் போல பூமி அவர்களின் கால்களின் கீழே அதிர்கிறது. அவர்கள் உறைந்து போனவர்களாக, சாலைக்கு நடுவே நின்று, காற்றுக்கு எதிராக முகம் கொடுக்கிறார்கள். கண்களைச் சுருக்கியபடி, அவர்கள் சுற்றுமுற்றும் அச்சத்தோடு பார்க்கிறார்கள்.

ரூத் : அய்யோ! என்னுடைய கால்கள் மரத்துவிட்டன.

ஒரு பெண்மணி: இது பூகம்பமில்லை. எங்கேயோ மண் சரிவோ அல்லது அது போன்ற ஏதோ ஒன்றுதான் பயப்படாதீர்கள்.

மற்றொரு பெண்மணி: மழை மட்டும் பெய்தால், அது ஒரு பெரிய மாற்றத்தை ஏற்படுத்தும்.

புழுதியைக் கிளப்பியபடி, காற்று அடிக்கிறது. பூமி மறுபடியும் அசைந்து கொடுக்கிறது. யாரோ அலறுகிறார்கள். வானம் முழுக்க இருண்டு விட்டது. களி மண்ணால் செய்யப்பட்ட உருவ பொம்மைகள் சிக்குண்டு விட்டதைப் போல, அசைவற்று ஒருவர் கைகளை ஒருவர் அச்சத்தோடு பற்றிக் கொண்டு, ஏதோ ஒரு அபாயத்தை எதிர்பார்ப்பது போல, சுற்றுமுற்றும் பார்த்தபடி அந்தப் பாதையில் நிற்கிறார்கள். சுழன்றடிக்கும் காற்று எல்லாப்புறங்களிலும்

புழுதியை வாரி வாரி வீசுகிறது. காற்று கூக்குரலிடுகின்றது.

தூரத்தில், புழுதித் திரையின் ஊடாக எதிர்ப்பக்கத்திலிருந்து, ஒரு பயணி நெருங்கி வருவதைத் தெளிவற்ற முறையில் பார்க்க முடிகிறது.

ஜூலியா : யாரோ வருகிறார்கள்.

ஒரு பெண்மணி: அப்பாடா நிம்மதி, நமக்கு ஒரு ஆண் துணை கிடைத்துவிட்டது.

ரூத் : நிலநடுக்கம் ஏற்பட்டால் ஆணோ, பெண்ணோ எல்லோரும் அழிந்து போவோம்.

அவர்கள் காற்றுக்கு எதிராக தங்கள் தலைமீது முக்காடுகளை இழுத்துவிட்டுக் கொள்கிறார்கள். அவர்களை நோக்கி ஒரு பயணி நடந்து வருவதைப் பார்க்கிறார்கள். தொடுவானத்தில் இருந்து எழும் கர்ஜனை அவர்களுடைய காதுகளை நிரப்புகிறது. பயணி, வெற்றுப் பாதங்களோடு இருப்பதைப் பார்க்கிறார்கள். அவருடைய முகம், அவருடைய தலைப்பாகையின் ஒரு முனையினால் மூடப் பட்டிருக்கிறது. அவர் அருகே வருகிறார். பெண்கள் அவரை உற்றுப் பார்க்கிறார்கள். அவர் நெருங்க நெருங்க, அவருடைய அழுக்கேறிய ஆடையில் ரத்தக்கறையைக் கண்ணுற்ற அவர்களிடமிருந்து அச்சமும், அதிர்ச்சியுமான கூக்குரல்கள் ஒருசேரக் கிளம்புகின்றன. எதிரே நின்றவர் துணியை முகத்திலிருந்து அகற்றி, அதைத் தன்னுடைய கழுத்தைச் சுற்றி தோளின்மீது போட்டுக் கொள்கிறார். வலிமையான காற்று அவரைப் பின்னோக்கித் தள்ளுகிறது. ரத்த காயங்கள் நிரம்பிய அவர் முகத்தில் புன்னகை படர்கிறது.

ஜூலியா : ளிளிஎன் யேசுவே!”

ரூத் : ளிளிஆஹா!” மயக்கமுற்று ஒரு புறத்தில் சரிகிறாள்

ஜூலியாவும், மார்த்தாவும், பலமனைத்தும் வடியத்

தரையில் உட்கார்ந்துவிடுகின்றனர். மரியம், கண் இமைக்காமல் யேசுவையே பார்க்கிறாள். அவளுடைய முகத்தில் ஒரு புன்னைகை மலர்கிறது. மற்ற பெண்கள் கூக்குரலிடத் திறந்த வாயை ஒரு கையால் மூடிக் கொண்டு பாதங்களைப் பின்னோக்கி நகர்த்துகின்றனர்.

மரியம் முன்னோக்கி நடந்து யேசுவிற்கு நேரே போய் நிற்கிறாள். அவருடைய முகத்தை உற்றுப் பார்த்துச் சிரிக்கிறாள்.

மரியம் : உண்மையாகவே நீங்கள்தானா? உங்களுடைய தந்தையின் வீட்டில் உங்கள் ஆடைகளைத் துவைத்துத் தர ஒருவரும் இல்லையா?

மரியம் யேசுவின் கரங்களைத் தன்னுடைய கரங்களில் எடுத்துக் கொள்ளுகிறாள். யேசு முன்புறம் குனிந்து அவளுடைய கன்னங்களில் முத்தமிடுகிறார்.

ரூத் கண் திறக்கிறாள். விழுந்திருக்கும் இடத்திலிருந்து எழுந்திருக்காமல் யேசுவையே கண் கொட்டாமல் பார்க்கிறாள். யேசு அவளருகில் வந்து ஒரு பக்கமாக சாய்ந்தமர்ந்து அவளைப் பார்த்து புன்னகைக்கிறார்.

ரூத் : ளிளியேசுவே, நீ இப்போதும் உடலோடுதானே இருக்கிறாய்! அப்படியென்றால் பரவாயில்லை"" யேசு இரு கைகளாலும் அவளுடைய வலது கையை உயர்த்தி விரல் நுனிகளில் முத்தமிடுகிறார்.

யேசு காய்ந்து சிவந்து காயமடைந்திருந்த, அவளுடைய பாதங்களைத் தடவிக் கொடுக்கிறார். பூமி மறுபடியும் நடுங்குகிறது. யேசு தன்னுடைய முகத்தை வானத்தை நோக்கி உயர்த்திப் புன்னகைக்கிறார்.

சில பின் இணைப்புகள்

1. யூதேயாவின் மன்னனாகிய ஏரோதுவால், யூதேயாவின் ரோமானிய ஆளுநரான பாந்தியஸ் பிலாத்துவுக்கு எழுதப்பட்ட ஒரு குறிப்பு.

வணக்கம்.

மதிப்புக்குரிய பிலாத்துவே, என்ன செய்தி?

நாம் இவ்வாறு ஒருவருக்கொருவர் அந்நியர்களாகவே வாழ வேண்டுமா? சிறிது காலத்துக்கு முன்பு நீங்கள் எதிர்பாராமல் என்னுடன் தொடர்பு கொண்டபிறகு, நான் இதையெல்லாம் சிந்தித்துக் கொண்டிருக்கிறேன். நான் உண்மையில் ரோமானிய சாம்ராஜ்யத்தின் எதிரியா? இல்லை. ரோமானிய சாம்ராஜ்யமும் நீங்களும் என்னை மதிக்கவில்லையா? ஆமாம். பிறகு யூதேயாவின் ரோமானிய கவர்னருக்கும் யூதேயா அரசருக்கும் இடையில் எதற்கு இவ்வளவு இடைவெளி இருக்க வேண்டும்? நாம் இருவரும் ஒன்று சேர்ந்து நிற்க வேண்டாமா? சமீபத்தில் நீங்கள் என்னைப் பற்றிச் சிந்தித்திருக்கிறீர்கள் என்பது எனக்கு மகிழ்ச்சி தருகிறது. அன்றைக்கு நீங்கள் என்னிடம் அனுப்பிய மந்திரவாதிக்கு என்னவாயிற்று? அவன் என்ன குற்றம் செய்திருந்தான்? என்னால் அதைக் கண்டுபிடிக்க முடியவில்லை. அவனால் எனக்காக எந்த அதிசயத்தையும் நிகழ்த்திக் காட்ட முடியவில்லை. நான் என்னுடைய குடும்பத்தாரையும் நண்பர்களையும் அவனுடைய நிகழ்ச்சியைப் பார்ப்பதற்காக அழைத்திருந்தேன். எதுவும்

நடக்கவில்லை. எனக்கெதிராக அவனிடமிருந்து எந்த பயமுறுத்தலும் ஏற்படவில்லை. அதனால்தான் நான் அவனை உங்களிடமே திருப்பி அனுப்பிவிட்டேன்.

தயவு செய்து என்னுடைய மாளிகைக்கு ஒருமுறை வாருங்கள். உங்களுக்கு மனப்பூர்வமான வரவேற்புகள்! நான், ரோமானிய சாம்ராஜ்யத்தின் பிரதிநிதியாகிய தாங்கள் குற்றம் காண முடியாதபடி ஒரு நல்ல வரவேற்பு நிகழ்ச்சிக்கு ஏற்பாடு செய்வேன். உங்கள் வாழ்க்கை முறையைப் பற்றி நான் அறிந்திருக்கிறேன். உங்களுக்கு ஏமாற்றம் ஏற்படக் காரணம் எதுவும் இருக்காது என்று நான் உறுதி கூறுகிறேன்.

வரவேற்கிறேன்! வரவேற்கிறேன்!

அந்த மந்திரவாதியை உங்களால் கண்டுபிடிக்க முடிந்தால் அவனையும் அழைத்து வாருங்கள். நாம் இருவரும் ஒன்றாகச் சேர்ந்து, உங்களுக்காக நான் தயாராக வைத்திருக்கப் போகிற அபூர்வமான பலவற்றுக்கு இடையே, அவனுடைய மந்திர தந்திரங்களையும் கண்டு களிப்போம்.

என்றென்னும் உங்கள் சேவையில்

யூதேயாவின் மன்னன் ஹீரோது.

2. மரணத்திலிருந்து உயிர்த்தெழுந்த ஒரு இளைஞனின் தன்னுரை.

நான் லாசரஸை உயிர்த்தெழச் செய்தபோதோ, அல்லது சைரஸின் குழந்தையை மரணத்திலிருந்து உயிர்த்தெழச் செய்தபோதோ, இவற்றையெல்லாம் புரிந்து கொண்டிருக்கவில்லை. அந்த வார்த்தையைச் சொன்னேன், அது நிகழ்ந்தது. அவ்வளவுதான். ஆனால், இப்பொழுது நானே உயிர்த்தெழுந்துவிட்டேன். யார் என் மீது ஜீவனின் வார்த்தைகளைத் துவினார்கள்? எல்லாமே அதிசயமாக இருக்கிறது! என் தந்தையின் வீட்டில் இரண்டு நாட்கள்

இருந்தேனா என்பது எனக்கு நினைவில்லையே? உயிர் தருவது தாயெனில் உயிர்த்தெழச் செய்தது தந்தையாயிருப்பாரா? ஆனால் என் தந்தை ஏன் என்னிடமிருந்து நழுவி நழுவிப் போகிறார்? அவர் என் தாயிடமிருந்தும் நழுவிச் சென்றுவிட்டார். எனக்கு நேசிப்பதற்கு ஒரு தந்தையைத் தராததற்காக நான் என் தாயிடம் எவ்வளவு கோபப்பட்டிருக்கிறேன்! அய்யோ! நான் அப்படிச் செய்திருக்கக் கூடாது. கர்ப்பத்தைக் கையாளும் பெண்ணைப் பார்த்து வெட்கப்படலாமா? அவள் தன்னில் ஒரு உயிருக்கான விதையைத்தானே ஏற்றிருந்தாள். கடவுளின் சாம்ராஜ்யத்துக்கான விதை.

நான் ஏன் இதை முன்னமே புரிந்து கொள்ளவில்லை? மிகவும் தாமதமாகத்தான் அறிவு வேலை செய்கிறதா? நான் ஏற்படுத்திய தாள முடியாத துன்பங்களை என்னுடைய தாய் ஏற்கனவே சகித்தாள். என்னுடைய மரணத்தையும் கூட அவள் சகித்துக் கொண்டாள். இப்போது உயிர்த்தெழுந்ததால் என்ன பயன்? என் தாய் பட்ட துயரத்தை அழித்துவிட முடியுமா? ஆனால், நான் நேசிக்காத என் சிநேகிதிகள் இப்போதும் என்னை நேசிக்கிறார்களே! அப்படியானால் என்னுடைய தாயும், என்னைக் கைவிட்டிருக்க மாட்டாள். அவர்களையும் என்னுடன் அழைத்துக் கொண்டுபோய் நான் ஏன் அவளைப் பார்க்கக் கூடாது? அம்மா மிகவும் மகிழ்ந்து போவாள் இல்லையா? என் இந்த உயிர்த்தெழலுக்கு அப்படியாவது ஒரு மகிமை உண்டாகட்டுமே.

3. பாண்டியஸ் பிலாத்துவுக்கு டைட்டஸ் அந்தோனியஸ் எழுதிய கடிதத்தில் இருந்து...

.... சரி! நீ சொல்வதை நான் ஒத்துக் கொள்கிறேன். யேசு என்கிற மனிதன் மரித்தோரிலிருந்து உயிர்த்தெழுந்து வந்தால் அவரை என்னிடம் அனுப்பிவை. நான் அவரை இங்கே தங்க

வைத்துப் பார்த்துக் கொள்கிறேன். அவரைப் போல நானொரு புரட்சியாளன் இல்லை. ஆனால், அவர் சொல்வதை என்னால் புரிந்து கொள்ள முடியும் என்று நினைக்கிறேன். வாய்ப்பிருந்தால் நாங்கள் இருவரும் சேர்ந்து கடவுளின் சாம்ராஜ்யத்தை உருவாக்குவோம். பிறகு உன்னையும் அழைத்துக் கொள்கிறோம். இதற்கிடையில், கொஞ்சம் எளிமையையும், அடக்கத்தையும் கடைபிடித்து, மேலும் சிறந்த மனிதனாக ஆவதற்குப் பயிற்சி எடுத்துக்கொள். அது சாத்தியம்தான் நண்பனே, சாத்தியம்தான். இறுதியாக எல்லோரும் ஒரு அடைக்கலத்தைக் கண்டு கொள்கிறார்கள். பிலாத்துவே! கடவுளின் சாம்ராஜ்யத்தில் நீ கூட சந்தேகத்தின் பலனைப் பெறுவாய்.

தொள்ளாயிரத்து எண்பதில் யேசு

1980 திலும் யேசு நிச்சயமாக இருப்பாரென்றே நான் நம்புகிறேன். எழுபத்தொன்பதுவரை தப்பித்திருந்த அவன் இப்போதும் தப்பிக்காமலிருப்பானா? ஆனால், யேசுவின் தப்பித்தல்கள் எத்தனை சாதுரியமானவை? அதுவும் எத்தனை முறை? இளமைத் துடிப்பில், லட்சியவாதத்தின் முழுமையான ஒளிர்வில் சிலுவையில் ஏறியதுதானே அவனுடைய ஆகப் பெரிய தப்பித்தல். இளைஞர்களின் உயிர்த் தியாகத்திற்கு அன்றைக்கும் இன்றைக்கும் ஒரு பரவும் சக்தியும், கொதித்தெழுதலும் உண்டு. யேசு ஒரு முதிய தீர்க்கதரிசியாக, தாடி மீசையெல்லாம் மழித்துவிட்டு, எருசலேமின் தெருக்கள் வழியே அலைந்தபடி செல்வதை யோசித்துப் பாருங்கள். இல்லாவிட்டால் ஒரு மரியாதைக்குரிய சன்னியாசியாக சீடர்களால் சூழப்பட்டு கவனத்தில் கொள்ளத்தக்க நற்செய்திகளைப் பொழிந்தபடி நம்முடைய யேசு திண்ணையில் அமர்ந்திருப்பதைச் சற்று சிந்தித்துப் பாருங்கள். அதிலிருந்தெல்லாம் யேசு சிலுவையிலேறித் தப்பித்துவிட்டான். பின்னாலேயே *ஹௌடினியைப் போல, கல்லறையிலிருந்தும் அவன் தப்பித்துவிட்டான்.

அற்புதமாக உயிர்த்தெழுந்தானோ, மயக்கத்திலிருந்து விழித்தெழுந்து வந்தானோ, சீடர்கள் அவனுடைய சடலத்தை ரகசியமாக நீக்கினார்களோ எதுவானாலும் பரவாயில்லை.

*ஹௌடினி : அமெரிக்க மாஜிக் நிபுணர்

கல்லறையிலிருந்து தப்பித்ததன் மூலம் யேசு தனக்கே தெரியாமல் அபத்தமாக ஒரு மதத்தை நிறுவியிருந்தான். மரணமின்மையின் கவர்ச்சியில் மயங்கிய அன்றைய தோட்ட முதலாளிகளும், நடுத்தர வர்க்க அறிவுஜீவிகளும், தலைவர்களும், மதகுருக்களும் அவன் நினைவுகளைச் சர்க்கரையை மொய்க்கும் ஈக்களாகச் சூழ்ந்து கொண்டனர். அவன் தன்னை உணர்வதற்கு முன்பே தெய்வமும், வசனமும், சிலையுமாக மாறிவிட்டிருந்தான். இப்படியாக விசுவாசப் பிரமாணங்களுக்கும் இறையியல் ஆய்வுகளுக்கும், திருச்சபை ஒறுத்தல்களுக்கும் திருச்சபை வெளியேற்றங்களுக்கும் விடுதலைப் போராட்டங்களுக்கும் பாதையிட்டான்.

மரணத்திலிருந்துள்ள இந்த தப்பித்தல்தான் யேசுவின் ஒரேயொரு பாதை தவறலாக இருந்தது அவனின் சோகம். அவன் வீழ்ச்சியை மற்றவர்கள் வித்தையாக்கினார்கள். முப்பத்து மூன்றாம் வருட பங்குனி மாதத்தின் ஒரு சனிக்கிழமை காலையில், திறந்து சூனியமாய்க் கிடந்த அந்தக் கல்லறையிலிருந்து மேலெழுந்தது, யேசு கிறிஸ்துவ மதத்திலிருந்து நிரந்தரமாகத் தப்பித்ததன் சரித்திரம் மட்டுமே. அவன்தான் முதல் ளிளிபாப்பியோன்ஶ பௌலோஸ், அவனை கிரேக்க இறையியலின் முடிச்சுகளில் பிணைத்து வேற்று ஜாதியினரின், மீனவர்களின் மற்றும் மரியாதைக்கு உரியவர்களின் தெய்வமாக்கினார். அக்வினாசும், அகஸ்டினும் பிறரும் அவனைக் கிழித்தெறிந்து கணிதத்தின் ஒரு பகுதியைப் போல, மூன்றில் ஒன்றும் ஒன்றில் மூன்றுமாக்கி தங்களுடைய குரூரமான தேவையற்ற சிந்தனைகளை முடிவுக்குக் கொண்டு வந்தனர். போப்பாண்டவர்கள் தங்களுடன் தாங்கள் கிரீடம் சூட்டிய ராஜாக்களோடு சேர்த்து அவனையும் ராஜாவாக்கினர். கிறிஸ்துராஜன்! தங்களின் எஜமானர்களுக்கு யுத்தம் செய்யவும், ரத்தினங்கள் பதித்த செங்கோல் பிடிக்கவும் ஒரு

ஆச்சாரியின் மகனின் துணை தேவையில்லை என்பதை அவர்கள் அறிந்தேயிருந்தார்கள். அப்படியாக உலக உருண்டையைக் கையில் பிடித்த, கிரீடம் சுமந்த பொன்னாடை போர்த்தப்பட்ட, குழந்தை யேசு பிறந்தான். சிலுவைப் போர்களில் அவனுடைய பெயர் நடுநடுங்கச் செய்யும் ஒன்றாக மாறியது. ஔட்ஸ்விச்சிலும், ட்ரெங்கயிலும், நாகசாகியிலும் ஒரு முக்கிய ஏற்பு சாட்சியாக அவன்தான் இருந்தான். நம்முடைய விடுதலைப் போராட்டத்திலும் அவன்தானே ஏற்பு சாட்சியாக இருந்தான். அவன் அதிலிருந்தெல்லாம் தப்பித்துவிட்டான் என்பதுதான் என்னுடைய நம்பிக்கை. (எனது நம்பிக்கை என்னைக் காக்கட்டும்)

இன்றைய நிலையில் புரட்சியாளருக்கும் அவன் துணை வேண்டியிருக்கிறது. முன்பு புரட்சியின் அறிவிக்கப்பட்ட எதிரியாகவே அவனிருந்தான். புரட்சி புதுப் பணக்கார வாரிசுகளின், நடுத்தர வர்க்க அறிவு ஜீவிகளின் ஒரு பொழுதுபோக்காக மாறிப்போன பிறகு, மார்க்ஸியம் உயர் மத்திய வர்க்கத்தினரின் உரிமைகளைக் காக்கும் சக்தியானதோடு, சுருக்கமாகச் சொன்னால், புரட்சி மரியாதைக்குரியதாக ஆனபோது, புரட்சியாளர்களுக்கும் யேசு தேவைப்பட்டார்.

மலைப்பிரசங்கமும் பாட்டாளி ஒருமைப்பாடும் அவனுடையதுதானே? பறக்கும் தாடியும் ஜொலிக்கும் கண்களும் அவனுடையதல்லவா? அவன்தானே முதல்முதலாக ஒரு சொர்க்க ராஜ்யத்திற்கான வாக்குறுதி அளித்தவன். தரமான மேற்கோள்களை பொறுக்கி எடுக்கக் கூடிய தடித்தடியான புத்தகங்களின் ஒரு பெரிய படிக்கட்டு அவனுடைய புரட்சி உருவத்தை நோக்கி சௌகரியமாகக் கட்டப்பட்டும் இருக்கிறதல்லவா? மேற்கத்திய முதலாளித்துவம் ஊட்டி வளர்க்கும் அறிவு ஜீவிகளுக்கு நன்றி.

120 யேசு கதைகள்

யேசுவைக் கடவுள் ஆக்குவதற்கான ஆர்வம் போலவே நிறுவனங்களின் விருப்பங்கள் நிறைந்த ஒன்றாகத்தான் அவனைப் புரட்சியாளன் ஆக்குவதற்கான முயற்சியும் நடந்தது. தனியார் கல்லூரிப் பேராசிரியர்களுக்கும், பொறியாளர்களுக்கும், தோட்ட முதலாளிகளுக்கும் வங்கி ஊழியர்களுக்கும்தானே நம்முடைய மகா புரட்சியின்மீது மோகம். ஜவகர்லால் நேரு பல்கலைக் கழகத்தைப் போல, அரசாங்கத்தின் நிதியுதவி பெற்று புரட்சியைக் கேலிக் கூத்தாக்கிய பணக்கார வாரிசுகளும் இதில் அடக்கம். யேசுவுக்கும் இவர்களுக்குமிடையில் என்ன தொடர்பிருக்கிறது?

அவன் பாவப்பட்டவர்களைப் பணக்காரர்களாக்க ஒரு திட்டமும் தீட்டியிருக்கவில்லை. அவன் அவர்களுக்காக வருத்தப்பட மட்டுமே செய்தான். புரட்சிகளுக்கும் மதக் கோட்பாடுகளுக்கும்மேல், கண்ணுக்குப் புலப்படாத ஒரு கனவு உலகத்தில்தான் யேசு இருக்கிறான்.

அந்தக் கனவுலகப் பயணம் தான் அவனின் மகத்துவம்.

அவன் நமக்குத் தரும் சமாதானத்தின், சந்தோஷத்தின் ரகசியம், அவனுடைய மென்மையான எளிமையோடு கூடிய சொர்க்கம் நம்மிடையே பதுங்கியிருக்கும் ஸ்நேகத்திற்கும் நீதிக்கும் வேண்டியுள்ள நிசப்தமான ஆசைகளின் பூரணத்துவம் மட்டுமே. யேசுவுடனான நம்முடைய பந்தத்திற்கு இந்த உன்னதமான கனவில்தான் பொருள் இருக்கிறது.

கடினமான புறஉலகில் அவனுடைய கனிவூறும் கருதுகோள்கள் வாடிப் போகின்றன. யாருக்காவது நம்முடைய கொடுக்கல் - வாங்கல்களுக்கு இடையில் யேசுவின் பங்காளியாக வேண்டுமென்றால், அவன் யேசுவைப் போலவே ஒரு கனவின்மீதேறி உலா வரும் நல்மனதுடையவனாக ஆக வேண்டும். ஆனால், அணிசேராக்

கொள்கையிலும், லெனினின் நவீனச் சிந்தனைகளிலும், ஹெகலின் சிக்கல் சிடுக்குகளிலும், ப்ரஷ்னேவின் தற்போதைய வேலைத் திட்டங்களிலும், ளிவெள்ளைக் காலர்ு வர்க்கத்தினரின் போனஸ் போராட்டங்களிலும் மூழ்கிக் கிடப்பவர்களுக்கு மட்டுமே இந்த உலகத்தில் அனுமதி உண்டு.

யேசுவின் புரட்சியென்பது, இதய சுத்தமானதும், நிர்க்கதியானவர்களின் கண்ணீர் துடைத்தலுமே. நம் புரட்சியாளர்களிடமிருந்து அவனும் அவன் புரட்சியும் தப்பித்துச் செல்லட்டும், இல்லாவிட்டால் தாஷ்க்கண்டிலும் ஹவானாவிலும் நடக்கும் அணிசேரா நாடுகளின் மாநட்டுப் பந்தலில் ப்ரஷ்னேவின் படத்தினருகே அவனுடைய ஒரு பயங்கரமான படத்தையும் ரகசியப் போலீசார் ஆணியடித்து வைத்துவிடுவார்கள்.

நம்முடைய எல்லாப் புரட்சிகளும் கடைசியில் சென்றடைவது அணிசேரா நாடுகளின் மாநாடுகளுக்குத் தானே! ரகசியப் போலீசையும், நடு இரவு கதவு தட்டலையும் பாதுகாக்கும் அணிசேராப் புரட்சிகள். சரிதான், சில புரட்சிகள் கொமேனிகளிடம் கொண்டுபோய்ச் சேர்க்கிறதெனில், புரட்சியாளர்கள் ஏன் யேசுவையும் பயன்படுத்தக் கூடாது. அவனுக்கு ஒரு பாட்டாளிச் சாயலாவது இருக்கிறதே.

சீசருக்குரியதை சீசருக்கும் தெய்வத்துக்குரியதை தெய்வத்திற்கும் கொடுத்தால் மீதியெல்லாம் தன் கனவிற்காகக் கைவிடுமாறு, மீனவர்களிடமும் சுக்கான்பிடிப்பவர்களிடமும் பரிசில்காரர்களிடமும் சொல்லித் திரிந்த இந்தப் பயனற்ற பைத்தியக்காரனைப் புரட்சி எப்படித் தடுக்கும்? பௌலோசும் அக்வினாசும் செய்ததைப் போல, புரட்சியாளரும் தத்துவங்களின், சாஸ்திரங்களின் வார்த்தைகளாலான ஒரு செப்படி வித்தையில் மாறுவேடம் அணிவிப்பார்கள்.

அவனுடைய இனிமையான வார்த்தைகளுக்கு, ஆற்றோட்ட நடைக்கு, மேற்கோள்களுக்கு அடிக்குறிப்புகளும் சில ஆராய்ச்சிகளும் கொண்டு அணைகட்டி, தங்களுக்கு வேண்டிய வழியில் வளைத்துக் கொள்ள முயல்வார்கள். ஆனால் யேசு என்ற இளைஞன் இதிலிருந்தெல்லாம் தப்பித்துவிடுவான். எண்ணெய் தேய்த்த கைகளால் மீன் பிடிப்பது போலத்தான் தத்துவங்களால் யேசுவை வேட்டையாடுவதும். மீனவர்களின் தலைவனான அவன் விலாங்கு மீனைவிட வழவழப்புடையவன். அவனைப் பிடிப்பதற்கான வலைவீச யாரால் முடியும்? உலகம் கண்ட மிகப் பெரிய நழுவல்வாதியான அவன் நாமம் பரிசுத்தமாகட்டும், அவனின் சொர்க்க ராஜ்யம் வருவதாகட்டும்.

யேசு பிறப்பு இரண்டாயிரத்து இரண்டில்

கிறிஸ்துமஸ் எப்போதும் குழந்தைகளையே மிக அதிகமாக உற்சாகப்படுத்துவதைப் பார்த்திருக்கிறேன். கொண்டாட்டங்களை அவர்களைப் போல வேறு யாராலும் ரசிக்க முடியாது. அதே நேரம் பெரியவர்கள் ஒன்றுகூடவும், விடுமுறையில் சொந்த ஊருக்குச் செல்லவும், கொஞ்சம் பணம் செலவழித்து மகிழ்வதற்குமான சூழலும் ஓணத்தைப் போலவே கிறிஸ்துமஸிலும் வாய்த்திருக்கிறது. பெரியவர்களைப் பொறுத்தவரை எல்லாக் கொண்டாட்டங்களும் ஒரே மாதிரியானதுதான்.

குழந்தைகளின் வாழ்விற்கு மந்திரத்தாலும் தந்திரத்தாலும் திரையிடக் கூடிய திறமை மதங்களுக்கு மட்டுமே உண்டு. கிறிஸ்துமஸின் பின்னிலுள்ள கற்பனை அதன் ஒரு பகுதிதான். பால்யத்தின் அற்புத நினைவுகளைப் பின்பற்றி மதம் நம்மைப் பின் தொடர்கிறது. மத வெறியன் அதன் பிறகுதான் உருவாக்கப் படுகிறான். குழந்தைகளிடையே மத அடிப்படைவாதிகள் யாரும் இல்லையே.

யேசுவின் உண்மையான பிறந்தநாள் எதுவென யாருக்குத் தான் தெரியும்? பிறப்பு ஒரு தொழுவத்தில்தான் நிகழ்ந்தது என்ற விஷயத்தில் சுவிசேஷகர்களுக்கே ஒருமித்த குரல் இல்லையென்பதும் நமக்குத் தெரியும். ஆனால் மாட்டுத் தொழுவத்தில் பிறந்தார் யேசு என்ற பிம்பத்தை உலகமே ஏற்றுக் கொண்டது. அந்த பிம்பத்திற்கு மழலைத்தனமும்,

ஆதரவற்றோரை நோக்கிய ஈர்ப்பும், கருணை ஏற்படுத்தும் நிராதரவும் உண்டு.

எல்லா மதங்களும் கற்பனைகளுடன் கூடிய இப்படியான நிலைப்பாடுகளைத் தங்களின் நாயகர்களுக்கு மேன்மையும் ஈர்ப்புத் திறனும் கொடுப்பதற்காகப் பயன்படுத்துகிறது.

தெய்வ சாஸ்திரம் மட்டும்தான் மதமென்றிருந்தால் அதற்கு இப்போதுள்ள மக்களின் ப்ரியமும், பெரு விருப்பமும், ஈர்ப்பும் மட்டுமே சாத்தியமல்ல. மதம் கொண்டாட்டமும், ஆவேசமும், பக்தியும், பணமும், நடிப்பும், வாஸ்து சாஸ்திரமும், கூட்டுக் கொலையும், பகையும், போட்டியும், யுத்தமும், பாட்டும், பீதியும், நடனமும் எல்லாமுமாகத்தான் இருக்கிறது.

யேசு இளமையிலேயே மரித்துப் போனார். அந்த மரணத்தின் போக்கும், நாடகத்துவமும், உயிர்த்தெழுதலின் மாயாஜாலமும், ஆதரவற்றோரின் அருகில் நின்றிருக்கும் யேசுவின் வார்த்தைகளும், செயல்களும்தான் யேசுவுக்கு எதிர்பாராத அமரத்துவத்தைக் கொடுத்தது. இயல்பாகவே கிறிஸ்துவ மதத்தைப் பொறுத்தவரை யேசுவின் உயிர்த்தெழுதல்தான் அவன் பிறப்பைவிட நம்பிக்கையின் அடிப்படையில் முக்கியத்துவம் வாய்ந்தது.

யேசுவின் மரணத்திற்குப் பிறகு சீடர்களும் கிறிஸ்து ளிமதுு நிறுவனரான பௌலோசும், மிகத் தீவிரமான நம்பிக்கைக்காகவும் பிரச்சாரத்திற்காகவும் மரித்த யேசு உயிர்த்தெழுந்தார் எனும் வாதத்தை முன் வைத்தனர்.

ளிமரணத்திலிருந்து திரும்பி வந்தவன்!ூ

இந்த ஆதாரத்தின்மீது தான் பௌலோசின் கிறிஸ்துமதம் யூதர்களின் உலகத்திலிருந்து வெளியேறி, பயணித்து ரோம சாம்ராஜ்யத்தின் யூத நிலவெளிகளில் ஒளிக்காட்சியாய் வேரூன்றியது.

அரசாங்கப் பின்புலமுள்ள ஒரு மதமாத மாற, அதன்பிறகான முன்னூறு ஆண்டுகள்வரை காத்திருக்க வேண்டியிருந்தது. யேசுவின் உயிர்ப்பு கதைக்கு, குடிலின் பிறப்பு கதையின் அழகுணர்ச்சியில்லை என்பதுதான் நிஜம். புல்படுக்கைக்கும் கல்லறைக்குமான வித்தியாசம் பகலும் இரவும் போன்றது. பிறந்த குழந்தையில் மலரத் துடிக்கும் ஒளியை நாம் காண்கிறோம். இறந்தவன் உயிர்த்தாலும் அவன்மேல் மரணத்தின் இருண்ட ஏடு ஒட்டிக் கொண்டிருக்கிறது. மரணம் ஒரு நிழலாக அவனைப் பின் தொடர்கிறது.

யேசுவின் பிறப்பு இவ்வாறாக நம்முடைய எல்லா மென்மைகளையும் அழைத்து வரும் அதிஉன்னதமான பேய்க்கதையாக உருவம் கொள்கிறது. அந்தப் பேய்க்கதையின் இதயம் மரியாளின் கர்ப்பமோ, ஹெரோதேசின் கிருஷ்ண கதையை நினைவுப்படுத்தும் சிசுக் கொலையோ அல்ல. மாட்டுத் தொழுவம்தான் அதன் மையம். தெய்வம் மனிதனாகப் பிறந்து மாட்டுத் தொழுவத்தின் புல்படுக்கையில்தான் விழுந்தார். ஆடும் மாடும்தான் அவனுடைய தாயின் மருத்துவச்சிகள்! இறைவனுக்கு இதைவிட எளிமை கைவரப் பெறுமா? இதனினும் ஆதரவற்ற, உதவியற்ற நிலையை அறிவிக்க முடியுமா? மாட்டுத் தொழுவத்தில் பிறக்க விரும்பிய ஒரு கிறிஸ்துவனையும் இதுவரை நான் கண்டதில்லை.

யேசு அறிவித்த பாவப்பட்டவர்களின் சுவிசேஷத்தின் ஆதிகாலப் பிரபலத்தின் புராணக் கட்டமைப்பைத் தான் நாம் பிறப்பில் காண்கிறோம். திருப்பிறப்பு ஒரு மருத்துவமனையிலோ (அன்று மருத்துவமனைகள் இல்லையென்றாலும்) வீட்டில் மருத்துவச்சியின் உதவியோடுதான் நடந்தது என்று வைத்துக் கொள்வோம். கிறிஸ்துமஸ் கதையின் இதயம் கரைக்கும் சக்தி எந்தளவு நீர்த்து போயிருக்கும்?

யேசுவின் பிற்காலச் சாயல் ராஜாவினுடையதாக மாறியது என்பது நமக்குத் தெரியும் - கிறிஸ்து ராஜன் (Christ the king) வெளுத்த, இணக்கமுள்ள பூனைக் கண்ணும், நீண்ட தங்கநிற முடியும், அழகான தாடியுமுள்ள இளைஞன் தோன்றினான்.

பெத்லகேமின் புல்படுக்கையைத் திருப்பியெடுக்க நடத்தப்பட்ட சிலுவைப் போர்கள் அனேக லட்சம் மனிதர்களை ரத்த வெள்ளத்தில் தள்ளின. திருச்சபை ஒறுத்தல்களும், மதத் துன்புறுத்தல்களும், கூட்டுக் கொலைகளும், இனப் படுகொலைகளும் கிறிஸ்து மதத்தின் முகச் சாயலாக மாறின. காலனியாதிக்க வாதிகளும் கிறிஸ்துமஸ் கொண்டாடியவர்களே. ஆனால், மாட்டுத் தொழுவத்தின் குழந்தை யேசுவில் நம்பிக்கை அற்றவர்களை அவர்கள் கூட்டம் கூட்டமாய்க் கொன்று, தென்னமெரிக்காவைப் போலவே பெரு நாகரிகங்களை நிர்மூலமாக்கினர்.

கேரளத்தில் சமீபத்தில் மாட்டுத் தொழுவத்தில் பிறந்த இந்தக் குழந்தையின் பெயர் சூட்டப்பட்ட திருச்சபைகளிலேயே கிறிஸ்தவன் கிறிஸ்தவனைக் கொன்றிருப்பதை நாமறிவோம். ஆனால் பேய்க் கதைகளுக்கு மரணமில்லை. ஒவ்வொரு தலைமுறையும் அவற்றிற்குப் புதிய ஞானங்களைச் சேர்க்கின்றன. குழந்தைகள் ஓடியாடி விளையாடவும், அதிசயிக்கவும், பறந்து போகவும் ஒரு விசேஷ உலகம் உருவாக்குகின்றன. வரலாற்றிற்கு எப்படியோ வந்து சேரும் கருணைகள்தான் இந்த மாய உலகங்கள். எதிர்காலத்தில் மதப்பித்தன் ஆகப்போகும் குழந்தையும் இந்தக் கருணையைப் பங்கிட்டுக் கொள்கிறது. இப்படிப்பட்ட சிறிய கருணைகள் சூழ்ந்த அமைப்புதான் நாம் வாழும் இந்த உலகின் நன்மை என்று அறியப்படுகிறது.

டெல்லிவாசி யேசு

எழுபத்தைந்தோ, எழுபத்தாறோ சரியாக நினைவில்லை. ஆனால் அவசரநிலைப் பிரகடன காலத்தில்தான் யேசு என்னுடன் தங்க ஆரம்பித்தார் என நினைக்கிறேன்.

டெல்லியில் சர்வோதயா என்கிளேவின் வாடகை வீட்டிலா அல்லது பின்னர் குடியிருந்த சப்தர்ஜங் என்கிளேவின் வாடகை வீட்டிலா அவர் வந்து சேர்ந்தாரென்பது எனக்குத் துல்லியமாக நினைவில்லை. காய்கறிகளும், பழங்களும், யேசுவுமாக ஒரு மாலைப் பொழுதில் ஐ.என்.ஏ மார்க்கெட்டிலிருந்து ஆட்டோவில் பயமும் சந்தேகங்களுமாகப் பயணம் செய்தது எனக்கு நன்றாக நினைவிருக்கிறது.

சந்தேகம் வேறொன்றுமில்லை. யேசுவுக்குக் கொடுக்கப்பட்ட விலை சற்று கூடுதலோ என்ற குறைந்த சம்பளக்காரனின் அங்கலாய்ப்பு மட்டுமே.

ஐ.என்.ஏ மார்க்கெட்டின் விறகு வியாபாரி, யேசுவுக்குச் சொன்ன விலை நூறு ரூபாய். என் பலவீனமான இந்தியில் நான் எழுபத்தைந்து ரூபாய்க்கு பேரம்பேசி முடித்தேன். ஆனாலும் அந்த எழுபத்தைந்து ரூபாயும் எனக்கு ஒரு பெரிய தொகைதான். அவ்வளவு பெரிய தொகையை யேசுவின்மீது ஒரு நடுத்தரச் சம்பளக்காரன் முடக்குவது தேவையா என்ற சந்தேகம் ஒரு பக்கமும் விறகு வியாபாரி என்னை ஏமாற்றியிருப்பானோ, ஒருவேளை இருபத்தைந்து ரூபாய்க்கு கிடைத்திருக்குமோ என்ற பயம் மறுபுறமும் என்னை உறுத்தின.

எனினும் நான் மிகவும் நேசிக்கும் ஆட்களில் ஒருவரைத்தான் விறகுக் குவியலிலிருந்து ஒரு துப்பறிபவனைப் போல நான் கண்டெடுத்திருக்கிறேன் என்ற எண்ணம் வந்தவுடன் உருளைக் கிழங்கிற்கும், வெங்காயத்திற்கும், முட்டைக்கோசுக்குமிடையில் யேசுவுக்கு இன்னும் கொஞ்சம் இடம் ஒதுக்கிக் கொடுத்து அவர் கீழே விழாதிருக்கும்படி இறுக்கிப் பிடித்துக் கொண்டேன்.

என்ன இருந்தாலும் ஐ.என்.ஏ மார்க்கெட்டில் தினமும் வருகின்ற உண்மையான கிறிஸ்துவ விசுவாசிகளான அழகிய நர்சுகளுடனோ, அமெரிக்க, வாடிக்கன் தூதரகத்தின் வெளியுறவுத் துறை அலுவலர்களுடனோ அவர் போகவில்லையே! நம்பிக்கையற்றவனும், பாவியும், மூடனுமான என்னுடனல்லவா அவர் வந்திருக்கிறார் என்று எனக்கு நானே சமாதானம் செய்து கொண்டேன்.

ஒரு வேளை மேலே சொல்லப்பட்டவர்கள் யாரும் சந்தையின் விறகுக் குவியலுக்குள் எட்டிப் பார்க்கும் பழக்கமுடையவர்கள் இல்லை என்பதும் ஒரு காரணமாகலாம். எனக்கும் விறகுக் குவியலை எட்டிப் பார்க்க வேண்டிய அவசியம் இல்லைதான். டெல்லிக்குள்ளே முடங்கிக் கிடக்கும் புராதனக் கிராமவாசிகள்தான் விறகு பயன்படுத்துகிறார்கள். எங்களைப் போன்ற பரதேசிகளுக்கு மண்ணெண்ணெய் அடுப்போ, காஸ் அடுப்போ இருந்தது.

எதையும் வாய் பிளந்து பார்க்கும் பழக்கம் எனக்கு இருந்ததனால்தான், நான் வாங்க வேண்டியில்லாத விறகுக்கு என் கண்கள் சென்றன. இது என்ன? விறகு. சரி, விறகுதானே என்று யோசித்தவாறே, தோளில் தொங்கிய காய்கறிக் கூடையை ஒரு கையால் தாங்கியபடியே நடந்து கொண்டே நகரும்போதுதான், ஒரு தலை விறகுக் குவியலுக்குள்ளிருந்து எட்டிப் பார்ப்பதைக் கண்டேன். நான் மறுபடியும் ஒருமுறை உற்றுப் பார்த்தேன். சந்தேகமேயில்லை. எத்தனையோ முறை

பார்த்துப் பரிச்சயமான தாடி வைத்த முகம், நெஞ்சு வரைக் காண முடிந்தது.

கைகள் இரண்டும் இல்லை. கைகள் தொடங்க வேண்டிய இடத்தில் மரத்தில் பிளவு காணப்பட்டது. அங்கே தடித்தடியான ஆணிகள் அறையப் பட்டிருந்தன. கொஞ்சம் சாய்ந்த தலை. பார்வை கீழ்நோக்கியிருந்தது. ஒருமுறை பார்த்துவிட்டு நான் ஒன்றுமறியாதவனைப் போல முன்னால் நடந்தேன்.

குவியலின் முன்னால் எடைத் தராசுடன் அமர்ந்திருந்த வியாபாரி என்னை கவனிக்காதபடி ஓரிடத்திற்கு ஒதுங்கி நின்று, திரும்பிப் பார்த்தேன். அதற்கு இரண்டு காரணங்கள் இருந்தன. குவியலின் முன்னால் நின்று பார்த்தால் வியாபாரியின் கேள்விக்குப் பதில் சொல்ல வேண்டியிருக்கும். சும்மா விறகைப் பார்த்துக் கொண்டிருக்கிறேன் என்று சொல்ல முடியுமா? அது மட்டுமல்ல, யேசுவைத்தான் நான் கவனிக்கிறேன் என்று தோன்றிவிட்டால், விறகுக்கும் அப்பால் அந்தக் கட்டையில் ஏதோ இருக்கிறது என்று அவன், நான் யேசுவை வாங்க முயற்சிப்பதைப் புரிந்துகொண்டு விலையைக் கூட்டிவிட்டால் என்ன செய்வது? இந்தக் கள்ளத் தனத்தோடு, அந்த வியாபாரப் போட்டிக்குள் மாட்டிக் கொள்ளாமல் யேசுவைப் பார்த்தவாறு நின்றிருந்தேன். என்னுள்ளிருந்த நுகர்வோன் விழித்து விட்டிருந்தான். ஆனால், அந்த தாழ்ந்த நடுத்தர நுகர்வோன் ஒரு தீர்மானம் எடுத்திருக்கவில்லை.

அதற்குப் பிறகான நாட்கள் துக்ககரமானவை. என் நினைவு சரியாயிருந்தால், யேசுவின் ஒரு மரச்சிலையால் வீட்டில் என்ன பயன் எனும் நடைமுறை சிந்தனையும் அதற்கு வியாபாரி கேட்கக்கூடிய விலை மிகப் பெரியதாக இருக்குமோ என்ற தேவையற்ற பயமுமே பல மாதங்கள் வரை யேசுவை விலை பேசுவதிலிருந்து என்னைப் பின்னடையச் செய்தது.

நான் மனத்திடமற்ற, குழப்பவாதியான கஞ்சன் என்ற நிஜமும் இதில் பெரும் பங்கு வகித்திருக்க வேண்டும்.

இப்போதும் நான் கஞ்சன்தான் என்று நீங்கள் தவறாக எண்ணி விடாதீர்கள். என் இளமைப் பருவம் அது.

எப்படியிருந்தாலும் எல்லா வாரமும் மாம்பழம் வாங்குவதற்கிடையிலும், வெண்டைக்காய் வாங்குவதற்கிடையிலும், சீத்தலிவாலா பச்சை வாழைப்பழம் வாங்குவதற்கிடையிலுமாக நான் விறகு வியாபாரியின் மூலைக்கடை பக்கமாக அலட்சியமாக நடந்து செல்வேன். விறகுக் குவியலுக்குள் ரகசியமாக ஓரக்கண்ணால் பார்ப்பேன். அப்பாடா நிம்மதி, யேசு அங்கேதான் இருக்கிறார்! யாரும் கொண்டு போயிருக்கவில்லை.

மிகப் பரிச்சயமான அந்தத் தலையைக் காணாமல் ஒருமுறை நான் நடுங்கிப் போய்விட்டேன். காணவில்லை. பதட்டதோடு நான் குவியலின் பின்புறமாக நடந்து சென்று பார்த்தபோது, வேறு விறகுத் துண்டுகளை இழுத்ததால் யேசு ஒரு பக்கமாக விழுந்து விட்டிருந்தது தெரிந்தது. இந்த நடுக்கத்திற்குப் பிறகும் நான் அதை வாங்கும் தீர்மானத்தைத் தள்ளிப் போட்டுக் கொண்டே இருந்தேன். கஞ்சனான குள்ளநரி காசு கொடுத்து வாங்க வேண்டிய திராட்சையைப் போலத்தான் இருந்தது, யேசுவுக்கும் எனக்குமிடையிலான இந்த நீண்ட கண்ணாமூச்சி ஆட்டம்.

என் அலட்சியத்தால் என் கையை விட்டுப் போகப் போவது விலை மதிப்பற்ற ஒரு புராதனச் சிற்பமாக இருக்கலாம் என்று நினைக்கும்போது என் அடிவயிறு கலங்கும். இப்படி சங்கடத்தோடு மாதங்கள் கடந்து சென்றன. ஆனால் டெல்லியின் கிராமவாசிகள் யாரும் யேசுவை அடுப்பிலிட்டு எரிந்திருக்கவில்லை. (அதற்கான காரணம் பிறகுதான் புரிந்தது. அதிக பாரமானதும் கனமானதுமான ஏதோ ஒரு மரத்தில்தான் சிலை செதுக்கியிருக்கிறார்கள். யேசுவின் ஒரு கையைத் தூக்க நம்முடைய இரண்டு கைகள் வேண்டும். அதனால் சமையலறை விறகாக நிச்சமாகப் பயன்படாது. அது

மட்டுமல்ல, இன்று நாம் அறிவது போலுள்ள வர்க்க, அரசியல் வெறுப்பை யாராவது ஏற்றி வைத்தாலன்றி, ஒரு சிலையை நெருப்பிலிட சாதாரண இந்தியக்காரன் தயங்குவான்)

கடைசியாக ஒருநாள் காய்கறிகளும் பழங்களும் வாங்கி முடித்தபோது என் பர்சில் மீதியுள்ள பணத்தை எண்ணிப் பார்த்தேன். இடுப்பு வேட்டியையும் தலை முண்டாசையும் இறுக்கியபடி இரண்டில் ஒன்று பார்த்துவிடலாம் என்று விறகுக் குவியலருகே மெதுவாக மிக மெதுவாக நகர்ந்தேன். சிறிது நேரம் விறகு பொறுக்குவது போல நின்ற பிறகு, மிகவும் அலட்சியமாக யேசுவின் நேராக விரல் சுட்டி நான் அந்த அதிமுக்கியமான கேள்வியைக் கேட்டேன்.

ளிளியே க்யா ஹை?ஸ (அது என்ன?)

ளிளிலக்கிடி ஹே சாப்ஸ (விறகுதான் அய்யா)

நான் போரட்டத்தின் அடுத்த கட்டத்திற்கு நகர்ந்தேன்.

ளிளிக்யா தாம் ஹே?ஸ (என்ன விலை?)

அவன் நிஜமான வியாபாரியைப் போல, பதில் சொல்லாமல் எழுந்துபோய் பிளக்கப்பட்ட விறகுகளுக்கு இடையிலிருந்து யேசுவின் இரண்டு கைகளையும் தேடிப் பிடித்து எடுத்தான். தலையோடு கூடிய உடல் பாகத்தை இழுத்து வெளியே எடுத்துத் தரையில் கிடத்தினான். இரு புறமும் கைகளைச் சேர்த்து வைத்தான். பின்னர் மிகுந்த திருப்தியோடு என்னைப் பார்த்தான்.

என் அங்கலாய்ப்பு அதிகரித்தது. யேசுவின் உருவம் இப்படித்தான் இருக்கும் என்பது அவனுக்குத் தெரிந்திருக்கிறது என்பதே அதற்குக் காரணம். விறகுதான் என்றாலும் அந்த விறகுக்கு இப்படியொரு வடிவம் இருக்கிறது என்பதை அவன் அறிந்திருப்பது பெரிய பிரச்னைதான். அப்படியொரு கலைநயம் அவனிக்கிருப்பது, விலையைப் பொறுத்தவரை

என்னை பயமுறுத்தியது. அதனால் நான் அவன் இணைத்து வைத்திருக்கும் உருவத்தைப் பார்க்கும் ஆர்வமற்றவனைப் போல் கடுமையாக,

ளிளிவோ சோடோ, தாம் போலோ"" (அதையெல்லாம் தூரப்போடு, வெலயச் சொல்லு)

உள்ளூரும் நடுக்கத்துடன் அங்கே நின்றேன்.

ளிளிசௌ ருப்யா சாப்"" (நூறு ரூபாய்)

அதைக் கேட்டவுடன் நான் மலர்ச்சியோடு யுத்த களத்துக்குள் குதித்தேன். நூறு ரூபாய் என்றால் நமக்குப் பரிச்சயமான விளையாட்டுக் களம்தான். பிறகு நான் தயங்கவில்லை. ஒரு தீவிரவாதியைப் போலப் போராடி விலையை எழுபத்தைந்து ரூபாய்க்குக் கொண்டு வந்தேன்.

ஆட்டோவில் யேசுவை எடுத்து வைக்கவும் வியாபாரி உதவினான். யேசுவும் நானும் சக பயணிகளானோம். ஒன்றாக வசிப்பவர்களுமானோம்.

என் யேசுவால் எனக்கு நன்மையும் தீமையும் உண்டு. நன்மை, வீடு மாற்றும்போதோ வேறு தேவையின் போதோ எந்த சிரமமுமின்றி அவரைக் கழற்றி எடுத்துக் கொள்ளலாம். தனித்தனி துண்டுகளாக அடுக்கிக் கொள்ளலாம், என்பதுதான். யேசுவின் தலை உட்பட, உடல்பாகங்கள் ஒரு துண்டாகவும், கைகள் இரண்டு துண்டுகளாகவும் இருப்பதுதான் அதற்குக் காரணம்.

நான் முன்பே குறிப்பிட்டிருந்த ஆணிகளில்தான் கைகளை மாட்டிவிட வேண்டும். அப்படிச் செய்தாலும் நெஞ்சிற்கும் கைகளுக்கும் இடையில் விரிசல் தனியாகத் தெரியும். குறையென்பது முன்னால் சொன்ன அதிபயங்கர பாரம்தான். நடுத்துண்டோ கைகளோ நம்மீது விழுந்தால் அவ்வளவுதான்; அந்த இடம் நசுங்கிவிடும். (மரம் கரிவீட்டியென்றும்,

133 பால் சக்காரியா

செம்மரக்கட்டையென்றும் சில நண்பர்கள் சொன்னார்கள்)

அதனால் யேசுவை ஜன்னலோடு சேர்த்துதான் வைத்திருந்தேன். பிறகு உடம்பையும் கைகளையும் சணல் கயிற்றினால் ஜன்னல் கம்பிகளோடு சேர்த்து கட்டிவிட்டேன். கட்டப் படுவதும் அடிக்கப்படுவதும் தான் யேசுவின் கடைசி விதி என்று நினைக்கும்போது என்னுடைய இந்த முன்யோசனையில், அபாயத்தை விடவும் வரலாற்று உண்மையும் சிறிதளவு ஒளிந்திருக்கிறது.

வேலை முடியுமுன்னே வீசியெறியப்பட்ட ஒரு சிலைதான் என்பது புரிகிறது. பாதங்களை இணைத்து வைத்து ஆணி அறைந்ததாகச் செதுக்கப் பட்டிருப்பதன் கீழே மரத்துண்டு ஒன்று நீட்டி நிற்கிறது. எதனால் வீசியெறியப்பட்டது என்பது புரியவில்லை. ஒருவேளை பாரமாக இருந்ததால் இருக்கலாம். இல்லையென்றால் கைகளை உடலோடு இணைக்க முடியாமல் போயிருக்கலாம். முகத்தில் அழகும் ஒளிர்வுமிருந்தது. கேரளத்தில் சில தேவாலயங்களில் காணப்படுவது போல, சண்டைப் படங்களில் கட்டிவைக்கப் பட்டிருக்கும் கதாநாயகனின் வருத்தம் தோயும் முகமல்ல இந்த டெல்லிக்காரன் யேசுவுடையது.

பக்கத்தில் சென்று சற்று சாய்ந்து பார்த்தால் நிஜமாகவே அவர் சிலுவையில் சாய்ந்தபடி புன்னகைக்கிறார். அந்தப் புன்னகைதான் யேசுவை அந்த விறகுக் குவியலில் சேர்த்திருக்க வேண்டுமென்பது என் அபிப்பிராயம். புன்னகைக்கும் யேசுவை புரோகிதர்கள் ஆலயத்துக்குள் அனுமதிக்க மாட்டார்கள் என்பது உறுதி. தெய்வ புத்திரன் சிலுவையில் சாய்ந்து புன்னகைத்தால் பிறகு அவனுடைய அடிவருடிகளுக்கு என்ன லாபம்?

யேசுவே சிலுவையாகவும் இருப்பதுதான் என்னை இந்த சிலை கவர்ந்ததன் முக்கியக் காரணம். பாதங்களின் கீழேயுள்ள

செதுக்காத மரம்தான் அப்படித் தோன்ற வைக்கிறது. ஆனால் அதனால் யேசு, ஒரு ட்ரப்பீஸ் பயிற்சியாளனைப் போலத் தொங்கிக் கிடக்கவில்லை. அவரே சிலுவையாக மாறியிருக்கிறார். சிலுவைப் போர்களிலும் மேலும் பல இடங்களிலும் சிலுவை எதற்காகவெல்லாம் பயன் பட்டிருக்கிறது என்று யோசிக்கும் போது இந்தப் பரிணாமம் நல்லதுதான்.

திரைப்பட இயக்குநர் அரவிந்தனுக்கு இந்தச் சிலை மிகவும் பிடித்துப் போய்விட்டது. காந்தாரச் சிற்பக் கலையில்தான் யேசுவின் முகம் செதுக்கப் பட்டிருக்கிறது, மிகவும் பழமையானது என்று என்னிடம் சொன்னார்.

பழமையைப் புதுமையாக்கிக் காலந்தள்ளும் இச்சூழலில் இப்படியும் ஒரு வழி இருக்கிறதே, இந்தச் சிலையை வைத்து ஒரு தேவாலயம் தொடங்கி, அற்புதச் செயல்களின் விளம்பரங்கள் செய்து பணம் சம்பாதிப்பதன் சாத்தியங்களைப் பற்றி ஜான் ஆபிரகாமும் நானும் விவாதித்திருக்கிறோம். ஆனால், முதலில் தேவாலயம் கட்டுவதற்கான தொகை வேண்டாமா? அற்புதச் செயல்கள் தொடங்கினால்தானே காசு பார்க்க முடியும். யேசு இந்தக் கலிகாலத்திலும் அற்புதங்கள் செய்வார் என்பது என்ன நிச்சயம்?

கவிஞர் குஞ்ஞுண்ணி ஒருமுறை டெல்லிக்கு வந்தபோது இந்த யேசுவைப் பார்த்து மகிழ்ந்தது எனக்கு நினைவிருக்கிறது. வி.கெ. மாதவன்குட்டிக்கும் என் யேசு மிக நெருங்கிய நண்பரானார். அதைத்தான் அவர் சமீபத்தில் எழுதியிருந்தார். ஓ.வி. விஜயனுக்கு என்றும் மதச்சாய்வு இருந்திருக்கிறது என்று இப்போது ஞாபகம் வருகிறது. சிலைக்கு முன்னால் மெழுகுவர்த்தியை ஏற்றி வைக்கும்படி அன்று என்னை உபதேசித்தார். நான் அதைச் செய்யவில்லை. அகங்காரத்தினால் அல்ல, யேசுவுடனான என் உறவை நிலைநிறுத்த மெழுகுவர்த்திகள் வேண்டுமென்று எனக்குத் தோன்றவில்லை.

என் ப்ரிய நண்பன் அந்தக் கண்ணியின் வழியாகவே திரும்பி வரமுடியாத தூரம் சென்றுவிட்டான்.

ஆறு வருடம் முன்பு நான் டெல்லியை விட்டு வெளியேறியபோது யேசுவை உடனழைத்துச் செல்லவில்லை. சென்ற வருடம்தான் என் மனைவி, குழந்தைகளின் கவனிப்பிலிருந்து யேசுவை திருவனந்தபுரத்தின் என் வாடகை வீட்டிற்குக் கொண்டு வந்தேன்.

அவருடைய தனிமையை நானும், என் தனிமையை அவரும், நான் தனியாக வசிக்கும் இந்த வீட்டில் பங்கிட்டுக் கொள்கிறோம். மீதி யேசுவின் விருப்பம்போல் நடக்கட்டும்*

* கடந்த வருடம் யேசுவை நான் திரு. ஜோசப் புலிக்குன்னேலுக்குக் கொடுத்துவிட்டேன். யேசு இப்போது அரசாங்க அலுவலகமான ஓசானா மௌண்ட்டில் இருக்கிறார்.